இறுதி மணித்தியாலம்

சிங்கள மொழிக் கவிதைகள்

தமிழில் : எம்.ரிஷான் ஷெரீஃப்

இறுதி மணித்தியாலயம்	:	சிங்கள கவிதைகள்
தமிழில்	:	எம்.ரிஷான் ஷெரீஃப்
	:	© ஆசிரியருக்கு
முதற்பதிப்பு	:	டிசம்பர் 2016
வெளியீடு	:	வம்சி புக்ஸ்
		19, டி.எம்.சாரோன்,
		திருவண்ணாமலை - 606 601
		9445870995, 04175-235806
அச்சாக்கம்	:	மணி ஆப்செட், சென்னை - 600 077
விலை	:	₹ 130/-
ISBN	:	978-93-84598-40-2

Irudhi Manithiyalayam	:	Poems
In Tamil	:	Rishan Sherif
	:	© Author
First Edition	:	Dec - 2016
Published by	:	Vamsi books
		19.D.M.Saron,
		Tiruvannamalai - 606 601
		9445870995, 04175 - 235806
Printed by	:	Mani Offset, Chennai - 600 077
	:	₹ 130/-
ISBN	:	978-93-84598-40-2

www.vamsibooks.com - e-mail: vamsibooks@yahoo.com

இனங்களுக்கிடையேயான ஒற்றுமையை
மட்டுமே சிந்திக்கும்
அனைத்து உள்ளங்களுக்கும்

நன்றி

இக்கவிதைகளை மொழிபெயர்க்க அனுமதித்த கவிஞர்களுக்கும்,

மொழிபெயர்ப்பின்போது உதவியதோடு ஊக்கமளித்த சகோதரி கவிஞர் ஃபஹீமா ஜஹானுக்கும்,

வாழ்வின் மீதான நெருக்கடிகளுக்கும் மத்தியில் முன்னுரை தந்த கவிஞர் கருணாகரனுக்கும்,

எழுத்தாளர், மொழிபெயர்ப்பாளர் சகோதரி ஷைலஜா அவர்களுக்கும்,

இக்கவிதைகளைப் பிரசுரித்த அனைத்து அச்சு மற்றும் இணைய இதழ்களுக்கும்,

தொகுப்பாக வெளியிடும் வம்சி பதிப்பகத்துக்கும்!

திரைகளை விலக்கி ஒரு பயணம்

நம் சமகாலத்தில் ஆடும் திரைகளை விலக்குவதே இன்று நமக்கு முன்னால் உள்ள பெரும் சவால். எண்ணற்ற திரைகள் எங்களைச் சுற்றித் தொங்கவிடப்பட்டுள்ளன; அவை இடையறாது ஆடிக் கொண்டிருக்கின்றன. வரலாற்றுத் திரை, இனத் திரை, மதத் திரை, சமூகத் திரை, பண்பாட்டுத் திரை, சாதியத் திரை என எண்ணற்ற திரைகள். இந்தத் திரைகள் பெரும்பாலும் அந்தந்தத் தரப்பிலுள்ள அதிகார சக்திகளுடைய நலன்களின் நிமித்தம் தொங்க விடப்படுகின்றன. இந்தச் சக்திகள் தமது நலன்களை மேம்படுத்திக் கொள்வதற்கும் ஸ்திரப்படுத்திக் கொள்வதற்கும் மேலும் மேலும் இந்தத் திரைகளின் மீது வண்ணங்களைத் தீட்டுகின்றன. மேலும் மேலும் சித்திரங்களை வரைகின்றன. ஒரு கட்டத்தில் இந்தத் திரைகளின் ரசிகர்களாக, அபிமானிகளாக, அடிமைகளாக மக்கள் மாறிவிடுகிறார்கள். அல்லது சனங்கள் அப்படி ஆக்கப்படுகிறார்கள். இன்றைய வெகுஜன ஊடகங்களின் இயக்கம் இந்த நோக்கிலேயே அமைந்துள்ளது. இதனால், மனிதர்கள் இத்தகைய திரைகளால் வகைப்படுத்தப்பட்டுக் கொண்டேயிருக்கின்றனர். பிரிகோடுகளும் வேறுபாடுகளும் வலிமையாகத் துருவப்படுத்தப்படுகின்றன.

ஒருபுறத்தில் திரைகளின் உருவாக்கமும் நிறந்தீட்டலும் நடந்து கொண்டிருக்கும்போது மறுபுறத்தில் திரைகளை விலக்கும் காரியங்கள் அல்லது முனைப்புக்கள் நடக்கின்றன. நவீன யுகம் என்பது ஏறக்குறைய அறிவுசார் நடத்தைகளின் மூலம் இந்த மாதிரியான திரைகளை விலக்கும் முயற்சிகளையே கொண்டுள்ளது. இது பல வடிவங்களில், பல தளங்களில் நடக்கிறது. மனித உரிமை, அரசியல் உரிமை, பெண்ணுரிமை, சிறுவர்

உரிமை சார்ந்த அமைப்புகளாகவும் போராட்டங்களாகவும் சட்டம், நீதி போன்ற அடிப்படை உரிமைகளைப் பேணுவதற்கான நிறுவன வடிவங்களாகவும் உள்ளது. எனவே, திரைகளின் உருவாக்கத்திற்கும் திரை விலக்கத்துக்கும் இடையில் பெரும் போட்டியும் போராட்டமும் தொடர்ந்து நடந்து கொண்டிருக்கிறது.

நம் வாழ்விலும் ஏராளம் திரைகள் உண்டு. இன்னும் அழுத்தமாகச் சொன்னால், நம் வாழ்வும் ஆயிரமாயிரம் திரைகளை எதிர்கொள்ளவே வேண்டியுள்ளது. இனத் திரை, சாதியத் திரை, தேசியத் திரை, மதத் திரை, பிரதேசத் திரை, நிறவாதத் திரை இப்படிப் பல திரைகள். இந்தத் திரைகளுக்கு நிறந்தீட்டும் அதிகாரத்தரப்புகளின் தீவிர முனைப்பும் தொடர்ந்து உச்ச நிலையிலேயே உள்ளது. இந்தத் தீவிர முனைப்பை முறியடித்துத் திரைகளை விலக்கும் முயற்சியில் மக்கள் ஓய்வில்லாமல் ஈடுபட வேண்டியிருக்கிறார்கள். இதன் நிமித்தமாக அவர்கள் சவால்களை ஏற்கவேண்டியுள்ளது. இங்கே ரிஷான் ஷெரீப், திரைகளை விலக்கும் ஒரு போராளியாக, ஒரு செயற்பாட்டாளராக, ஒரு முயற்சியாளராக இயங்குகிறார். ரிஷான் ஷெரிப்பின் தளம் இலக்கியமாகும். திரைகளை விலக்கும் அவருடைய கருவியும் இலக்கியமே. எனவே, தான் வாழும் காலத்தில், தன்முன்னே, தன் வாழ்வின் இயக்கத்தில் இடையீடு செய்து பலவற்றுக்கும் தடையாக இருக்கும் திரைகளை விலக்குவதை தன்னுடைய வழிமுறையாகவும் நம்பிக்கையாகவும் கொண்டிருக்கின்றார் ரிஷான் ஷெரிப். இவ்வாறு திரைகளை விலக்குவதன் மூலம் உண்மைகளை அடையாளப்படுத்தலாம், யதார்த்தத்தை அறிய வைக்கலாம், புனைவுலகத்தையும் தவறான கற்பிதங்களையும் போக்கலாம் என்பதே ரிஷானின் கவனமாக உள்ளது. இதன்மூலம் பிரமைகளை உடைக்கலாம். பிரமைகள் உடையும்போது புதிய வெளிச்சம் பிறக்கும். புதிய காட்சிகள் புலப்படும். அந்தத் தருணத்தில் நமது முகம் மட்டுமல்ல அகமும் ஒளிரும் என்பது ரிஷானின் நம்பிக்கை. இது ஒரு படைப்பாளியின் ஆதார நம்பிக்கை. இதற்காக அவர் இலக்கியத்தை ஒரு வழிமுறையாகத் தேர்ந்தெடுத்துள்ளார்.

ரிஷான் ஷெரீப் அடிப்படையில் ஒரு படைப்பாளி. அதேவேளை அவர் ஒரு மொழிபெயர்ப்பாளரும் கூட. தன்னுடைய படைப்புக்களின் வழியாக அவர் காட்டுவது ஒருலகம். சமநேரத்தில் தான் செய்யும் மொழிபெயர்ப்புக்களின் வழியாக அவர் இன்னோர் உலகத்தையும் காட்டுகிறார். திரைகளால் வகைப்படுத்தப்பட்ட உலகங்களின் உண்மைகளையும் யதார்த்தத்தையும் திரைவிலக்கிக் காண்பிப்பதே படைப்பாளிகளின் பொறுப்பாகும். எழுத்தாளரின், கவிஞரின், கலைஞரின் தரிசனம் என்பது இதில்தான் தங்கியுள்ளது. அவர்களுடைய சவாலும் இந்தத் தரிசனங்களைக் காண்பதிலேயே உண்டு. இதேவேளை திரைகளை உருவாக்கும் படைப்பாளிகளும் உள்ளனர். அவர்கள் ஆடிக்கொண்டிருக்கும் திரைகளுக்கு வண்ணம் தீட்டுவோராக, புதிய திரைகளின் உருவாக்கத்திற்கு உவப்பாகச் செயற்படுவோராக இயங்குகின்றனர். அவர்கள் பின்னோக்கிய பயணிகள். காலத்தைப் பின்னிழுத்துச் செல்வோர். ஆனால், ரிஷான் ஷெரிப் சந்தேகமின்றி, தன் முன்னேயுள்ள திரைகளை விலக்கி உண்மைகளையும் யதார்த்தத்தையும் காண்பிக்கின்றார். பலரும் அறியத் தவறுகின்ற, திரைகளால் மூடப்பட்ட ஒருலகத்தை வெளியே காட்டுகின்றார். இதன் மூலம் உண்மைக்கும் யதார்த்தத்திற்கும் நெருக்கமாக நம்மை அழைத்துச் செல்கிறார். அவருடைய கால்கள் முன்னோக்கிப் பதிகின்றன.

இங்கே ரிஷான் ஷெரீப் விலக்கும் திரை என்பது சிங்கள சமூகம் பற்றியது. இன்றைய தமிழ்மொழி பேசும் சமூகங்களிடையே சிங்களச் சமூகம் பற்றிய புரிதலானது எதிர்மறை அம்சங்களையே அதிகமாகக் கொண்டது. அவ்வாறே தமிழ்மொழிச் சமூகங்களைப் பற்றிய சிங்களச் சமூகத்தின் புரிதலும். கடந்த ஐம்பது ஆண்டுகளுக்கு மேலான இனமுரண்களின் வளர்ச்சி சமூக இடைவெளிகளை அதிகரித்து விட்டது. வரலாற்றுப் புனைவுகளும் நிகழ்ச்சிகளும் இதற்கு மேலும் துணைசெய்திருக்கின்றன, செய்து வருகின்றன. இதனால் ஒவ்வொரு சமூகமும் மற்றச் சமூகத்தைக் குறித்து அதீத பிரமைகளைக் கொண்டுள்ளது. சிங்களச் சமூகத்தைப் பற்றி தமிழ்ச் சமூகத்தின் மனதின் படிமமானது

பகைமைத் தன்மை நிரம்பியது. ஆட்சியதிகாரத்திலும், பெரும்பான்மையிலும் சிங்களத்தரப்பு இருப்பதால் அது தம்மைவிட அதிக வளத்தோடும் வாய்ப்புக்களோடும் உரித்துகளோடும் உள்ளதாக தமிழர்களிடையே வலுவான மனப்பதிவு உண்டு. அரசொன்றின் முழுச் சொந்தக்காரராக அல்லது அரசின் உரித்தாளராக சிங்களவர் இருப்பதால் அவர்களுக்கு எந்தப் பிரச்சினையும், எந்தக் குறைபாடுகளும் இல்லையெனதத் தமிழர் கருதுகின்றனர். இதேவேளை தமிழ் மக்கள் பிராந்திய வலுச் சக்தியாகிய இந்தியா மற்றும் மேற்குலக சக்திகளுடன் இணைந்து சிங்களவர்களுக்கும் இலங்கை அரசுக்கும் எதிராக செயற்படுகின்றனர் என சிங்கள மக்கள் எண்ணுகின்றனர். இது தமிழர்களைப் பகைநிலையில் பார்க்க அவர்களுக்கு ஏதுவாகிறது.

மறுபுறத்தில் ‘தமிழ் - சிங்கள முரண்பாட்டின் இடைவெளியை சாதகமாகப் பயன்படுத்தி தமக்கான முதன்மை மையங்களை முஸ்லீம்கள் உருவாக்கிக்கொள்கின்றனர்; இது எதிர்காலத்தில் அதிக வாய்ப்பை பெற்றவர்களாக முஸ்லீம்களை ஆக்கிவிடும்’ என சிங்கள ஆதிக்கச் சமூகம் அச்சமடைகின்றது. முஸ்லீம்களைக் குறித்து தமிழர்களிடத்திலும் சரியான உறுதிப்பாடுகள் இல்லை. ஒரு கலங்கலான நிலையே காணப்படுகிறது.

இத்தகைய பிரமைகளால் ஆன இலங்கைச் சமூகவெளி கொந்தளிக்கும் அரசியற்களமாக நீடிக்கிறது. இந்தக் கொந்தளிப்புக்கேற்ப திரைகளின் உருவாக்கமும் வண்ணந்தீட்டலும் தொடர்ந்து நடந்து கொண்டிருக்கின்றன. ஆகவே, இலங்கைச் சமூகங்கள் என்பது நிறந்தீட்டப்பட்ட திரைகளினால் ஆனதே. ஆனால், இவற்றின் பின்னாலுள்ள யதார்த்த வெளியும் உண்மை முகமும் வேறானவை. ரிஷான் ஷெரீப் இவற்றையே திரை விலக்கிக் காட்டமுனைகிறார். உண்மையில் அந்தந்தச் சமூகங்களின் நிலவரத்தை, அவற்றின் அகத்தை, அவற்றின் மனச் சாட்சியை ரிஷான் ஷெரீப் துல்லியமாக இனங்காண்கிறார். பிறகு அவற்றைப் பொதுவெளிக்குக் கொண்டு வருகிறார். இந்தப் பொதுவெளி என்பது தமிழ், சிங்கள, முஸ்லிம் தரப்புகள் இணைந்த இலங்கைச் சமூகங்கள் என்ற பொதுவெளியாகிறது.

இடைவெளியினாலும், பிரமைகளாலும் உருவாக்கப்பட்ட திரைகளின் பின்னே இருக்கும் யதார்த்தமும் உண்மையும் எப்படி இருக்கின்றன என்பதைக் காட்டுவது ரிஷான் ஷெரீப்பின் முதற் கவனமாக உள்ளது என்று பார்த்தோம். இதற்காக அவர் சிங்களக் கவிதைகளை இங்கே எடுத்துள்ளார். இந்தச் சிங்களக் கவிதைகள், சிங்களச் சமூகத்தின் யதார்த்தத் தளத்தைப் பிரதிபலிப்பன. சிங்களச் சமூகத்தின் மனச்சாட்சியை அடிப்படையாகக் கொண்டன. சமூகப் பொறுப்புக் குறித்தன. அவர்களுடைய வாழ்க்கையைப் பேசுவன. எனவே இந்தக் கவிதைகளைத் தமிழ்மொழியில் அறிமுகப்படுத்துவதன் மூலமாகச் சிங்களச் சமூகத்தைப் பற்றிப் பிற சமூகத்தினராகிய தமிழ் மற்றும் முஸ்லிம்களிடத்தில் அறியப்பட்டிருக்கும் பொதுப் புரிதலின் மீது கேள்விகளை எழுப்புகிறார் ரிஷான் ஷெரிப். அல்லது மறுவிளக்கம் பெற வைக்கிறார். ஏற்கனவே ரிஷான் ஷெரிப், பஹீமா ஜஹானுடன் இணைந்து மொழிபெயர்த்திருந்த, புகழ்பெற்ற சிங்களக் கவிஞரான மஞ்சுள வெடிவர்தனவின் கவிதைகள் ‘தலைப்பற்ற தாய்நிலம்’ என்ற பெயரில் நூலாக வந்துள்ளன. அவை சிங்களச் சமூகத்தினுடைய மனச்சாட்சியின் குரலாக, கையாலாகாத மனிதரின் வேதனைகளாக, தமிழ்ச் சமூகத்தின் மீதான கரிசனையாக இந்த நூற்றாண்டில் பதிவாகியுள்ளன. அடக்குமுறை, அதிகார அரசியல் வெளியில் ஈரத்துடன் துடித்துக்கொண்டிருக்கும் சொற்களைக் கொண்ட மஞ்சுளாவின் கவிதைகளை பஹீமாவுடன் இணைந்து ரிஷான் கொண்டு வந்தமை முக்கியமானதோர் நிகழ்ச்சியாகும். அதுவும் இந்தக் கொந்தளிப்பான காலத்தில்.

அரசின் உரித்தாளராகக் கருதப்படும் சிங்களச் சமூகத்தினரிடையேயும் ஏராளம் பிரச்சினைகளும் தேவைகளும் குறைகளும் அபிலாஷைகளும் உண்டு. அவர்கள் பொருளாதாரப் பிரச்சினைகளாலும், இன முரண்பாடுகளாலும், அதிகாரத்தினாலும் பலியிடப்படுகிறார்கள். அவர்களுடைய உளக் குமுறல் கொந்தளிக்கும் எரிமலையையும் விட வெம்மையுடையது. இதை இந்தத் தொகுதியில் உள்ள கவிதைகளின் மூலமாக சாட்சியமாக்குகிறார் ரிஷான். இதற்குச் சாட்சியமாக உள்ள அத்தனையும் சிங்களக் கவிதைகள். இவை சிங்களவர்களால் மட்டும்

எழுதப்பட்ட கவிதைகள். இதில் மஹிந்த ப்ரஸாத் மஸ்இம்புல, இஸுரு சாமர சோமவீர, சஜீவனி கஸ்தூரி ஆரச்சி ஆகியோரின் கவிதைகள் முக்கியமானவை.

இன்றைய யதார்த்த வாழ்க்கையில் பெற்றோரைக் கைவிடுதல் ஒரு வழமையாகியுள்ளது. ஆனால், அது கொடுமையானது. ஏற்றுக்கொள்ள முடியாதது. எத்தகைய நியாயங்களும் இதற்கு பதில் தர இயலாது. கைவிடப்படும் தாயின் அல்லது தந்தையின் துயரம் மிக வலியது. இந்தத் துயரத்துக்கும் இந்த நிலைக்கும் இன, மத, பிரதேச வேறுபாடுகள் எதுவும் கிடையாது. இங்கே வளர்த்து ஆளாக்கிய மகன் தன்னைக் கைவிடுவதைப் பற்றி ஒரு தாயின் வருத்தம் - கவிதை - பதியப்படுகிறது. 'மரத்தின் கீழ் கைவிடப்பட்ட அம்மாவிடமிருந்து' என. இந்தத் துயரத்தை மஹிந்த ப்ரஸாத் மஸ் இம்புல மிக அருமையாக, சில வரிகளில் மட்டும் அழுத்தமாகவும் ஆழமாகவும் சொல்லி விடுகிறார்.

'....... நன்றாக நினைவுள்ளது இதே மரம்தான் மகனே
உன்னைத் தூக்கிக் கொண்டு பிரயாணக்களைப்பைப் போக்கவென
நின்றேனிங்கு முன்பொரு இரவில் - அதிசயம்தான்
மீண்டும் அந்த இடத்துக்கே என்னை அழைத்து வந்திருப்பது

உன்னைப் பெற்றெடுத்த நாள் முதலாய்
இணையற்ற அன்பைப் பொழிந்தவளிடம்
போய்வருகிறேன் என்றேனும் பகராமல் நீ செல்கையில்
உள்ளம் பொங்கி வழிகிறது விழிகளினூடாக

....

உள்ளத்தின் உறுதியைக் கண்களில் திரட்டுகிறேன்

பதற்றமேதுமின்றி வாகனத்தை ஓட்டிக்கொண்டு

பத்திரமாக வீடுபோய்ச் சேர்ந்திடுவாய் என் மகனே!'

மஹிந்த ப்ரஸாத் மஸ்இம்புலவின் உணர்வை அப்படியே தந்து வெற்றியடைகிறார் ரிஷான். வாழ்க்கையின் எதிர்கொள்ளல்களை தரிசனமாக்கும் படைப்பாளிகளாகின்றனர் மஹிந்த ப்ரஸாத் மஸ் இம்புலவும்ரிஷான்ஷெரிப்பும். மூலமும்மொழிபெயர்ப்பும்இணைவதில் இது ஒரு முக்கியமான நிலை. இப்படி பல இடங்களில் வெற்றிகரமாக ஒருங்கிணையும் மையங்கள் இந்தக் கவிதைத் தொகுதியில் உண்டு.

இலக்கியப் படைப்புகளின் மொழிபெயர்ப்புச் சவால்கள் மிகக் கடினமானவை. அவற்றை வெற்றி கொள்வதென்பது வாசகரிடம் மைய உணர்வைப் பகிர்வதில் அடையும் வெற்றியிலேயே தங்கியுள்ளது. ரிஷானின் மொழிபெயர்ப்பில் உள்ள இந்தக் கவிதைகளில் அந்த வெற்றியடைந்த தன்மைகள் நிறையவுள்ளன. சிங்களக் கவிதைகளின் இன்றைய தன்மையையும் போக்கினையும் அவற்றின் மையப் பிரச்சினைகளையும் உணர்தளத்தினையும் ரிஷான் நமக்குக் கவனப்படுத்துகிறார். இதன்மூலமாகப் பல திரைகள் விலகுகின்றன. ஒன்று, கவிதையின் தன்மைகளும் போக்குகளும். இரண்டாவது, சிங்கள சமூகத்தின் வாழ்க்கையும் நிலைப்பாடுகளும் மனதும். மூன்றாவது, அங்குள்ள பிரச்சினைகள். நான்காவது, அரசுக்கெதிரான அவர்களுடைய உணர்வலைகள். ஐந்தாவது, அரசிடமிருந்து தூர விலகியிருக்கும் சிங்கள மக்கள். இப்படிப் பல.

'............விழாக்களும் இப்பொழுது அதிகமென்பதால்

காட்சிகள் தொடர்ந்தபடி உள்ளன

உறக்கமே இல்லாமல் இரவு முழுவதும் ஆடுகிறேன்

காலையில் ஒத்திகைக்கு ஓடுகிறேன்

உடலழகு தொலைந்து விடுமென்று
இரவுணவையும் தருகிறார்களில்லை
இளம்பெண்கள் பத்துப்பேர் நாம்
அவர்களறியாமல் தேநீர் தயாரித்துக் கொள்கிறோம்.

....

ஒன்பது நாட்களுக்குக் காட்சிகள் தொடர்ந்திருக்க
நேற்றென்னை அந்த வருத்தம் பீடித்தது
ஆனாலும் அதனைக் கவனத்திற்கொள்ளாமல்
வீட்டைப் பற்றி எண்ணி எண்ணியே ஆடினேன்

அம்மாவின் மருந்துகளையும்
அப்பாவின் திதிக்கான பொருட்களையும்
வாங்கத்தேவையான பணத்தை இதோ அம்மா
இந்தக் கடிதத்துடனேயே அனுப்பியிருக்கிறேன்......'

(ஓர் மடல் - மஹிந்த ப்ரஸாத் மஸ்இம்புல)

பொதுப்புரிதலில் அல்லது தமிழ்மொழியைப் பேசும் சமூகங்களின் மனதில் இலங்கை என்பது சிங்களவருக்கே முழு உரித்துக்குரியதாக உள்ளதாக நம்பப்படுகிறது. ஆளும் அரசு தொடக்கம், ஆட்சியிலிருக்கும் ஆட்கள் வரை அனைத்துமே சிங்கள மயம். ஜனாதிபதி ஒரு சிங்களவர். பிரதமர் ஒரு சிங்களவர். முப்படைகளின் தளபதிகள் சிங்களவர்கள். படைகள் சிங்கள மயப்பட்டவை. அமைச்சரவை சிங்களப் பெரும்பான்மையையே அடிப்படையாகக் கொண்டது. அரசின் அத்தனை

வளையங்களும் சிங்கள மயப்பட்டவை. அப்படியெனில் எவ்வாறு இத்தகைய அவலம் சிங்கள மக்களிடத்திலே காணப்படுகிறது? மஹிந்த ப்ரஸாத் மஸ்இம்புலவின் கவிதைகள் மட்டுமல்ல. பெரும்பாலான சிங்களக் கவிதைகளும், கதைகளும், சினிமாவும், நாடகங்களும் வறிய சிங்கள மக்களின் துயரங்களையும், உணர்வுகளையும் அவர்களுடைய பிரச்சினைகளையுமே பேசுகின்றன. அல்லது பேச முற்படுகின்றன. சிங்களச் சமூகத்திலும் ஏராளம் ஏழைகள் ஒரு நாள் வாழ்க்கைக்காகவே பெரும் போராட்டங்களை நடத்துகின்றனர். தமிழ்ப் பிரதேசங்களான வடக்கு, கிழக்குப் பகுதிகள் வரையில் அவர்கள் தலைச்சுமையாக பொருட்களைச் சுமந்து கொண்டு, தெருத்தெருவாக விற்பனைக்காக அலைகின்றனர். கூலி வேலை செய்கிறார்கள். அவர்களுடையதாக நம்பப்படும் அரசு அவர்களைச் சரியாகப் பராமரிக்கவில்லை. முறையாகப் போஷிக்கவில்லை. அவர்களை அது உறிஞ்சுகிறது. அவர்களுக்கு அது துரோகமிழைக்கிறது. ரிஷான் விலக்குகின்ற திரையில் சிங்களவரல்லாத பிற மொழிச் சமூகத்தினராகிய எமக்கு சிங்களச் சமூகத்தைப் பற்றிய புதிய படிமங்கள் கிடைக்கின்றன. திரை விலகும்போது இந்த மெய்ப் படிமங்களை நாம் உணர்கிறோம்.

ஆனால், இலங்கையின் ஆட்சியில் இத்தகைய நிலை ஒன்றும் புதிதில்லை. அது தமிழர், சிங்களவர், முஸ்லிம்கள் என்ற வேறுபாடுகளில்லாமல் எல்லோரையும் உறிஞ்சுகிறது. எல்லாத் தரப்பினரையும் ஒடுக்குகிறது. இந்த நிலைமையை ஆதாரமாகக் கொண்டே அரசாங்கத்துக்கெதிரான புரட்சிகளை இரண்டு தடவை உக்கிரமாக ஜே.வி.பி முன்னெடுத்தது. இந்தப் புரட்சியின் அடித்தளத்தில் மேற்படி நிலைமைகளின் உணர்வும், அதனோடிணைந்த மக்களும் குறிப்பாக இளைய தலைமுறையினரும் இருந்துள்ளதை அவதானிக்க முடியும். ஜே.வி.பி அதனுடைய வழிமுறைகளில் தோற்கடிக்கப்பட்டிருக்கலாம். அல்லது பின்வாங்கியிருக்கலாம். ஆனால், அந்த மக்களின் வாழ்நிலைமைகளில் குறிப்பிடத்தக்க பெரிய முன்னேற்றங்களேதும் நடந்து விடவில்லை. அரசு அதைச் செய்யவில்லை. இதனை இங்குள்ள கவிதைகள் மேலும் தெளிவுறுத்துகின்றன.

‘...........காப்பதற்கென்றால் இன்னுமிங்கு
பயிர் நிலமொன்றேது
வந்திருக்கிறதொரு கடிதம் வங்கியிலிருந்து
ஏலத்தில் விற்கப் போகிறார்களாம்
அடகு வைத்த பத்திரங்கள் நான்கையும்

அதற்கு முன் விசாரிக்கவென
அவர்களனுப்பிய கடிதத்திற்கும்
அப்பா பதிலனுப்பவில்லையாம்
அது கடைசி அறிவித்தலாம்....’
(சின்னத்தம்பி - டி. திலக பியதாஸ)

‘முடிவேயற்று மிகவும் நீண்ட
அந்தப் பேருந்துப் பயணத்தில் வாந்தியெடுத்த
காய்ச்சலுக்குத் தெருவோரக் கடையொன்றில்
தேயிலைச் சாயம் குடித்த
அப்பாவைத் தேடி அம்மாவுடன்
பூஸாவுக்குச் சென்ற...’
(சிறுவன் - இஸுரு சாமர சோமவீர)
இதற்கு இன்னொரு சாட்சியம் -

'..........

வீடொன்றைக் கட்டவென

ஏழெட்டு இடங்களில் வாங்கிய கடன்களை

சாகும்வரை அடைக்க வேண்டியிருப்பினும்

பெரிதாக இல்லாவிடினும்

இருக்கிறது எனக்கே எனக்கென

அசிங்கமற்ற சிறு வீடொன்று

தன்பாட்டில் விழுந்து கிடக்க....

வலிக்காமல்

ஊசி முனைகள் மீது

நடந்து செல்லும் விதத்தை இப்போது

நன்கறிவேன் நான்'

(நீ சந்தோசமாக இருக்கிறாயா? - இஸுரு சாமர சோமவீர)

இதெல்லாம் தமிழ்ச் சமூகத்தின் நிலைக்கு ஒப்பானதே. ஆகவே இலங்கையின் வெகுசன வாழ்நிலை என்பது ஏறக்குறைய ஒத்த தன்மைகளைக் கொண்டமைந்ததே. இந்த ஒத்த தன்மைகளில் காணப்படும் இணைப்புகளை அதிகாரத் தரப்புகள் விரும்புவதில்லை. அவை அவற்றைத் திசை திருப்ப முயற்சிக்கின்றன. பிரிப்புகளை உருவாக்குகின்றன. அல்லது இருக்கும் இடைவெளிகளைத் தொடர்ந்தும் பேண முற்படுகின்றன. அதற்காக அவை வண்ணந்தீட்டப்பட்ட திரைகளைத் தொங்க விடுகின்றன, ஒவ்வொரு சமூகத்தின் முன்னும் ஒவ்வொரு மனங்களிலும்.

இங்கேதான் நாம் ஏராளம் சவால்களை எதிர்கொள்ள வேண்டியுள்ளது. இலங்கையின் இன்றைய தலைப்பிரச்சினை இதுதான். இலங்கைச்

சமூகங்களின் வாழ்நிலைப் பிரச்சினை மட்டுமல்ல, அவற்றின் தேவைகள் மட்டுமல்ல, அவற்றின் போராட்டங்களும் ஒரே விதமாகவே ஒடுக்கப்படுகின்றன. அவற்றின் எதிர்ப்புணர்வுகள் ஒரே விதமாகவே நசுக்கப்படுகின்றன.

'..........நேற்றிரவு கொண்டு வரப்பட்ட யுவதியின்

குரல் படிப்படியாகத் தேய்ந்தழிகிறது

சேவல் கூவமுன்பு

மூன்றாவது முறையாகவும்

எவரையும் தெரியாதெனச் சொன்ன சகோதரி

காட்டிக் கொடுப்பதற்குப் பதிலாக

அச்சந்தரும் மரணத்தையும்

கெஞ்சுதலுக்குப் பதிலாக

சாபமிடுவதையும் தேர்ந்தெடுத்த சகோதரி

எனதிரு கண்களையும் கட்டியிருக்கும் துணித்துண்டு ஈர்த்தெடுத்த

இறுதிக் கண்ணீர்த்துளிகளைச்

சமர்ப்பித்தது உன்னிடமே

........................,'

(சித்திரவதைக் கூடத்திலிருந்து - அஜித் சி. ஹேரத்)

சூ......பாழ்பட்டுச் சிதைந்து வெறுமையான

இவ் விசித்திர நகரில்

எஞ்சியுள்ள எல்லோருமே விதவைகள்

எமக்கெனவிருந்த கணவரைத் தந்தையரை

சகோதர்களைப் புத்திரர்களை

சீருடை அணிவித்து

வீரப் பெயர்கள் சூட்டி

மரியாதை வேட்டுகளின் மத்தியில் புதைத் திட்டோம்

செத்துப் போனவர்களாகசூ

(ட்ரோஜனின் உரையாடலொன்று - சஜீவனி கஸ்தூரி ஆரச்சி)

இது போலப் பல கவிதைகளை இந்தத் தொகுதியில் காண முடிகிறது. இங்கே சேர்க்கப்பட்டிருப்பவை வகை மாதிரிக்கான சில கவிதைகள் மட்டுமே. இவற்றைப் போல ஆயிரக்கணக்கான கவிதைகள் சிங்களப் பரப்பிலுண்டு. இதில் தமிழ்ச் சமூகத்தின் உணர்வுகளை நேரடியாகவே பிரதிபலிக்கும் நேயக் கவிதைகள் பலவும் அடக்கம். சிவரமணிக்கு, விளக்கு, ரேவதி, பேரரசன் பார்த்திருக்கிறான், ஊனமுற்ற இராணுவ வீரனும் புத்தரும் போன்றவை. ஆகவே யுத்தம், பேரழிவுகள், இழப்பு, துயரம், வறுமை, ஜனநாயக மறுப்பு, அதிகாரச் சுமை போன்ற எல்லாமும் பிற சமூகங்களிடத்திலும் வீட்டுக்கு வீடு வாசற்படி போலவே உண்டு. ஆனால், இதையெல்லாம் மறைத்துத் தொங்கும் திரைகளின் பின்னே ஒவ்வொருவரும் இழுபடுகிறார்கள். இதுவே துயரம். வேடிக்கை. அவலம். இதை நாம் உணர்ந்து கொள்ள வேண்டும் என்ற உணர்வை இந்தக் கவிதைகள் ஏற்படுத்துகின்றன. மட்டுமல்ல, இந்தத் தொகுதியிலுள்ள எட்டுக் கவிஞர்களில் அநேக கவிஞர்கள், தமிழ்ப் படைப்பாளிகள் எதிர்கொள்ளும் நெருக்கடிகளை எதிர்கொள்வோராகவே உள்ளனர். சிலர் நாட்டை விட்டே பெயர்ந்துள்ளனர். ரிஷான் ஷெரிப்பும் பஹீமாவும் இணைந்து மொழிபெயர்த்த மஞ்சுள வெடிவர்தனவும் இங்கிருக்க முடியாதென்ற நிலையில் நாட்டை விட்டு வெளியேறிய கவிஞர் என்பது குறிப்பிடத்தக்கது.

ரிஷான் ஷெரிப் உண்மையில் கொடுப்பினைகள் பலவற்றைப் பெற்ற ஒருவர். ஒன்றுக்கு மேற்பட்ட மொழிகளைத் தெரிந்து வைத்திருப்போர் கொடுப்பினைகள் பலவற்றைப் பெற்றவர்களே. மேலும் மொழிகளைத் தெரியத் தெரிய பார்வைகளின் பரப்பும் பெறுவனவற்றின் தொகையும் கூடும். ரிஷான் சிங்கள மொழியின் வழியாக சிங்களச் சமூகத்தின் ஆழ்மனங்களைத் தேடிச் செல்கிறார். யதார்த்த வெளியில் பயணிக்கிறார். அவருக்கு இது வாய்த்துள்ளது. இங்கே இந்த இடத்தில் நாம் இன்னொரு முக்கியமான நிகழ்ச்சி நடந்திருப்பதையும் நோக்க வேண்டும். இந்த நூலிலுள்ளவை சிங்களக் கவிஞர்கள் சிங்கள மொழியில் எழுதிய கவிதைகள். (சிங்களக் கவிஞர்களால் ஆங்கிலத்தில் எழுதப்படும் கவிதைகளும் உண்டு) இந்தக் கவிதைளை மொழிபெயர்த்திருப்பவர் ஒரு முஸ்லிம். இவை மொழிபெயர்க்கப்பட்டுள்ளது தமிழில். ஆகவே தமிழ், சிங்கள, முஸ்லிம் தொடர்பாடல் இந்தக் கவிதைகளில் நிரம்பியுள்ளன. இதுவும் கவனத்திற்குரிய ஒன்று.

சிங்களக் கவிஞர்களின் சில கவிதைகள், சிறுகதைகள், நாவல்கள் ஏற்கனவே தமிழில் மொழிபெயர்க்கப்பட்டு நூலாக்கப்பட்டுள்ளன. பெரிய அளவில் இல்லையென்றாலும் அவ்வப்போது இந்த முயற்சிகள் நடந்துள்ளன. 2003 காலப்பகுதில் நிலவிய சமாதானச் சூழலையொட்டி கவிஞர் சோ.பத்மநாதனின் மொழிபெயர்ப்பில் ‘தென்னிலங்கைக் கவிதைகள்’ என்ற நூலொன்று வெளியானது. சூதூண்டிசூ இதனை வெளியிட்டிருந்தது.

சோ.ப மொழிபெயர்த்த கவிதைகள் சிங்களக் கவிஞர்களால் ஆங்கிலத்தில் எழுதப்பட்டவையும் சிங்களத்தில் எழுதப்பட்டு ஆங்கிலத்தில் மொழிபெயர்ப்புச் செய்யப்பட்டவையுமாகும். ஆகவே அவர் ஆங்கிலத்தின் வழியாக சிங்களக் கவிஞர்களின் கவிதைகளைத் தமிழில் கொண்டு வந்தார்.

இந்தத் தொகுதிக்கு பேராசிரியர் கா. சிவத்தம்பி எழுதியிருந்த அணிந்துரையில் சில கேள்விகளை எழுப்பியிருந்தார்.

1. சோ.ப வின் தமிழ்வழி மூலம் தெரியவரும் சிங்கள மொழி நிலை உணர்வுகள் என்ன?

2. அவை நமது சமூகங்களின் துடிப்பு நிலைகளோடு ஒப்பிடும்போது எப்படியிருக்கின்றன?

3. அதற்கும் மேலாக நாம் எங்கே நிற்கிறோம்?

இந்தக் கேள்விகளுக்கான பதில்களை சோ.ப மொழிபெயர்த்திருந்த தென்னிலங்கைக் கவிதைகளிலேயே சிவத்தம்பி கண்டடைகிறார். ‘சோ.ப வின் இந்தத் தொகுப்பு அரசியலின் புகைச் சூழல் பாதிக்காத சிங்கள நெஞ்சங்களின் இயல்பான உணர்வுத் தேடல்களை நம் கண்முன்னே நிறுத்துகின்றது. உண்மையில் பல பாடல்களில் (கவிதைகளில்) இனக் குழுமப்போர் பற்றிய நேரடியான குறிப்பு எதுவுமில்லை.

தமிழர் இருப்புக்கெதிராக கிளப்பப்படும் மத யுத்தக் கோஷமொன்றின் வழியாக சமகால ஈழத்துத் தமிழ் வாசகர் பெற்றுக் கொள்ளும் புத்தர் பற்றிய படிமம் ஓர் இயல்பான சிங்கள பௌத்த நிலையில் எவ்வாறு தொழிற்படுகிறது என்பதைப் பார்த்தல் வேண்டும். பௌத்த சிங்களப் பண்பாட்டினுள் வேர்விட்டு நின்று அதன் சாதக ஆக்கபூர்வ உணர்வுகளோடு, பின்னிப் பிணைந்து நிற்கின்ற ஒரு கவிஞன் நவீன காலத்து வாழ்க்கையின் சோகங்களை சித்தார்த்தரது வரலாற்றின் திருப்புமுனைக் கட்டத்தை முன்னிறுத்தி எழுதியுள்ளவை அந்தப் பண்பாட்டினுள் அடிநிலை மனிதர்களின் வாழ்வியல் வேதனைகளைப் பிட்டு வைக்கின்றது’.

சோ.ப மொழிபெயர்த்த தென்னிலங்கைக் கவிதைகளைக் குறித்து கா. சிவத்தம்பி குறிப்பிடும் அம்சங்கள் ரிஷான் ஷெரிப்பின் இந்தக் கவிதைகளுக்கும் பொருந்துகின்றன. ஆனால், இதில் இனப்போரின் பாதிப்புகள் அல்லது பிரதிபலிப்புகள் ஒரு மெல்லிய கோடாகத் துலங்குகின்றன. மாண்டவருக்காக விளக்கேற்றுதல், யுத்தக் குற்றங்களைக் குறித்து, குண்டுவெடிப்பில் சிதறிய சனங்களைப் பற்றியது, இராணுவச் சிப்பாயின் இக்கட்டான தெரிவு எது? என்பது என.

இலங்கையின் ஆட்சிமுறையானது, சமூக ஒருங்கிணைவுக்கு எப்போதும் சவாலாகவே இருந்துள்ளது. அரசைக் குறித்து, ஒவ்வொரு சமூகங்களைக் குறித்து என அச்சமூட்டும் நினைவுகளையே ஒவ்வொரு சமூகமும் தம் இதயத்தில் தேக்கி வைத்திருக்கின்றன. இதில் 1980 களிலிருந்து ஏற்பட்ட தீவிர நெருக்கடி என்பது, சமூக ஊடாட்டங்களை முழுமையாகவே அறுத்தன. அறுக்கப்பட்ட ஒரு சமூகத்தின் பரப்பென்பது மறு சமூகத்துக்கு மூடுண்ட ஒன்றாகவே இருந்தது. மூடுண்ட பரப்பில் என்ன நடக்கிறது என்று அறிவதற்கான வாய்ப்புகள் அறவே அற்றுப்போயின. மிக அருந்தலாக நடக்கின்ற தொடர்புறு நிலைகளும் திரைகளால் மறைக்கப்பட்டன. அல்லது அச்சுறுத்தலுக்குள்ளாகின. தமிழ் - சிங்கள உறவு நிலையைக் குறித்துச் சிந்தித்தோர் தமிழ்த் தரப்பினாலும் அந்நியமாகக் கருதப்பட்டனர். சிங்களத் தரப்பினாலும் அந்நியமாக நோக்கப்பட்டனர். இதனால், மொழி வழியான, வாழ்நிலை வழியான அறிதலும் உணர்தலும் ஒடுங்கியது. இந்தத் துரதிருஷ்ட நிலையில் ஒருவரை ஒருவர் அறியவும் உணரவும் முடியாத நிலை ஏற்பட்டது. இதைப் பேணவே திரைகளைப் பேணுவோர் விரும்பினர், இன்னும் விரும்புகின்றனர்.

இந்த நிலையில் ரிஷான் ஷெரிப் இப்பொழுது இலக்கியத்தின் திறவுகோல் கொண்டு பலவற்றைத் திறக்க முற்படுகிறார். அவர் காண்பிக்கும் உலகத்தில் பல தரிசனங்கள் நமக்குக் கிடைக்கின்றன. 'அறுபதாம் தோட்டத்து மரண ஊர்வலம் (- சஜீவனி கஸ்தூரி ஆரச்சி) அம்மாவின் நடிகைத் தோழி, என்தாய் (- இஸசுரு சாமர சோமவீர) எனப்பல. ஆனால், இன ஒடுக்குமுறையைக் குறித்து மஞ்சள வெடிவர்தன போன்ற கவிஞர்களின் உணர்வுகளை ஒத்த பிற வெளிப்பாடுகள் எந்த அளவில் உள்ளன? என்ற கேள்வியும் கூடவே எழுகிறது. இலக்கியப் படைப்பெதற்கும் வரையறைகளை வகுத்துக் கேள்வி எழுப்ப முடியாதென்ற போதிலும் இந்தக் கேள்வி எழுவதைத் தவிர்க்க முடியவில்லை.

இந்தத் தொகுதியிலுள்ள கவிதைகளை வாசிக்கும்போது நமது பெரும்பாலான தமிழ்க்கவிதைகள் கொண்டிருக்கும் மொழிசார்ந்த வெளிப்பாட்டு நெருக்கடிக்கும் சிங்களக் கவிதைகள் கொண்டுள்ள மொழிசார்ந்த வெளிப்பாட்டு இலகுத்தன்மைக்கும் இடையிலான வேறுபாடுகளைக் காண முடிகிறது. இந்தக் கவிதைகள் மிக இலகுவாகத் தம்மை வெளிப்படுத்துகின்றன. அதனால் இவை இலகுவில் நெருக்கங்கொள்கின்றன. இது ரிஷான் ஷெரிப்பினுடைய மொழிபெயர்ப்பின் திறனோ அல்லது சிங்களக் கவிதைகளின் இயல்போ என அறிவதற்குரிய சந்தர்ப்பம் வாய்க்கவில்லை. ஆனால், ரிஷானின் பிற மொழிபெயர்ப்புகளிலும் இந்தத் தன்மை கூடியிருந்ததை நாம் உணரலாம்.

சிங்களக் கவிதைகள் தனியே ஒரு மையத்தில் மட்டும் குவியாமல் பல நிலைப்பட்டுள்ளன. யுத்தம், ஏழ்மை, காதல், பிரிவு, ஒடுக்குமுறைக்கு எதிரான உணர்வு, நட்பு, இயற்கை மீதான லயிப்பு, மனித உறவுகள் எனப் பலவற்றைப் பற்றியும். ஆனால், ஈழத்தமிழ்க் கவிதையும் ஈழத்தமிழ் இலக்கியமும் கடந்த ஐம்பது ஆண்டுகாலத்தில் ஒடுங்கி ஒற்றைப்படைத் தன்மையாக மாறிவந்துள்ளன. சில விலக்குகள் உண்டெனினும் கூடுதலாக அரசியல் நெருக்கடிகளைப் சுற்றியே அதன் மையம் உள்ளது. இதற்கு தமிழ் பேசும் சமூகங்கள் எதிர்கொண்ட நெருக்கடிகளின் அழுத்தம் ஒரு காரணமாக இருந்தாலும் அதைக் கடந்து இயங்குவதற்கான பொதுவெளி சுருங்கி விட்டது என்பதே உண்மை. அரசியலைப் பேசாத கவிதையை, கதையை ஏற்பதற்கு தமிழ் மனங்களிலும் ஊடகங்களிலும் இடமில்லை என்ற நிலை ஏற்பட்டதே இதற்குக் காரணம். இந்த இடத்தில் நாம் சிங்களக் கவிதைகளில் ஏற்பட்டுள்ள மாற்றங்கள், முன்னேற்றங்களைக் குறித்துக் கவனம் செலுத்த வேண்டியது அவசியமாகின்றது.

இன்றைய இலங்கைச் சூழலில் ரிஷான் ஷெரிப்பின் இத்தகைய பணி என்பது அரசியலாளரின் பணியை விட, சமூகச் செயற்பாட்டியக்கங்களின் பணியை விடப் பெரியது. அந்தத் தரப்புகள் பெருமளவு நிதியையும் வளங்களையும் தின்று கொழுக்கும் அளவுக்கு உரிய செயல்களைச் செய்வதில்லை. ஆனால், தனி விருப்பின் அல்லது தனி ஈடுபாட்டின்

காரணமாக ரிஷான் போன்றவர்கள் இந்தப் பணிகளை கடின உழைப்பின் மூலமாகச் செய்கிறார்கள். இவ்வாறு தமிழிலிருந்து சிங்களத்துக்கும் சிலர் மொழிபெயர்ப்பு முயற்சிகளில் ஈடுபட்டுள்ளனர்;. இவர்கள் அனைவருமே இதில் லாபநோக்கற்றுச் செயற்படுகிறார்கள். இது முக்கிய கவனத்திற்குரிய ஒன்று.

வாசிப்பில் ஓரளவு ஆர்வமுள்ள இளைஞர்கள் சிலரிடம் இந்தக் கவிதைகளைக் காண்பித்தேன். அவர்களுக்கு நிறைய ஆச்சரியம். சிங்களத் தரப்பில் இப்படியெல்லாம் இருக்கிறதா? இப்படி எழுதும் கவிஞர்களை இப்போதே அறிகிறோம். ஏன் இதைப்பற்றி, இவ்வாறானவர்களைப் பற்றி, இவ்வாறான விசயங்களைப் பற்றி பொதுவாக அறிய முடியாமலிருக்கிறது என்று அவர்கள் கேட்கின்றனர். தமிழ் ஊடகவெளியும் ஒரு திரைதான் என்று அவர்களுக்குச் சொன்னேன். இதைத் தவிர வேறெதைச் சொல்ல முடியும்? வேறெப்படிச் சொல்ல முடியும்?

அயல்மொழி இலக்கியங்களை அறிந்திருப்பது ஒரு முக்கிய செயல்பாடு. அதனுடாகப் பிற சமூகங்களின் வாழ்க்கையையும் அவர்களுடைய சவால்களையும் அவர்களுடைய உள நிலையையும் அறிந்து கொள்ள முடியும். இந்தியாவில் இத்தகைய முயற்சிகள் கூடுதலாக இன்று நடக்கின்றன. தமிழிலிருந்து கன்னடம், மலையாளம், தெலுங்கு, ஹிந்தி போன்ற அயல்மொழிகளுக்கும் அந்த மொழிகளிலிருந்து தமிழுக்கும் என ஒரு பரஸ்பரப் பரவலாக்கம் நடைபெற்று வருகிறது. இந்த அளவுக்கு இலங்கையில் தமிழிலிருந்து சிங்களத்திற்கும் சிங்களத்திலிருந்து தமிழுக்கும் மொழிபெயர்ப்புச் செய்யப்படும் படைப்புகள் குறைவு.

நல்லிணக்கம் பற்றியும் தேசிய ஒருமைப்பாடு பற்றியும் அரசியல் ரீதியாகச் சிந்திக்கும் தரப்புகள் கூட இத்தகைய சமூக ஊடாட்டத்தின் ஆதாரப் பணியைப் பற்றிச் சிந்திப்பதில்லை. அப்படியான சிந்தனைகள் ஏற்பட்டிருந்தால் இலங்கைத் தீவின் வரலாறும் சனங்களின் நிலையும்

ஒளிமிக்கதாக அமைந்திருக்கும். ஆனால், ரிஷான் ஷெரிப் பாறை போன்ற ஒரு பரப்பினுள் தன்னுடைய நம்பிக்கையின் உறுதிப்பாட்டுடன் ஒரு வழியை, ஒளிமிகுந்த வாசலைத் திறக்க முயற்சிக்கிறார். அதன்மூலம் இடைவெளிகள் எல்லாவற்றுக்கும் ஒரு பாலமாக இயங்கிக் கொண்டிருக்கிறார். சமூக நிலைப்பட்ட பரஸ்பரப் புரிதலுக்கும் வாழ்க்கை நோக்குகளை அகலிப்பதற்கும் பிற அனுபவங்களைப் பகிர்ந்து கொள்வதற்கும் தன்னைப் பாலமாக்கி, ஒளியூட்டும் ரிஷான் ஷெரிப்புக்கு வாழ்த்துகளும் அன்பும் நன்றியும்.

கருணாகரன்

மஹிந்த ப்ரஸாத் மஸ்இம்புல

சந்தேகம்

நட்சத்திர இதழ்கள் முடிச்சவிழ்க்கும் பனியூறும் இரவில்
தொலைதூர தேசமொன்றில் அவளின்னும் உறங்காதிருக்கலாம்
நிலவு வெள்ளி எழுத்தாணியால்
மென்மையான சொற்றொடர்களைப் பின்னும்
இரவு ஒரே ஒரு கவிதையென அவள் உணரக் கூடும்

இறந்தகாலத்தை அணைத்தபடி மனமுறங்கும் திசையில்
கவியுணர்வுகள் விசிறிபோலாகி அசைதல் கூடும்
பழக்கப்படாத ஒழுங்கையினூடு
அவளிடமிருந்து எனக்குக் கிட்டாத
எனது வாழ்வையும் எடுத்துக் கொண்டு
அவள் அடிக்கடி செல்லக் கூடும்

அழும்போது கவிழ்ந்த அவளது கீழுதடு உருவாக்கிய
பெரிய சோகப் பெருமூச்சுக்கள்
காற்றுவெளியெங்கும் இருக்கக் கூடும்
இரு கைகளையும் இணைத்து இயற்றிய
கவிதையற்ற வாழ்வைக் கழிக்க இயலாதென

தமிழில் : எம்.ரிஷான் ஷெரீப்

அவளுக்கும் தெரிந்திருக்கக் கூடும்
மிக நீண்ட பிரயாணத்தினிடையில் தனித்த திக்குகளில்
துடைத்துக் கழுவியதுபோல
அவள் என்னை நினைக்கக்கூடும்
எங்களுக்குச் சொந்தமான இறந்தகாலத்தின் அடியிலிருந்து
தோன்றிவரும் சிறு துயரத் துளியொன்று
நிலத்தில் விழக் கூடும்

மரத்தின் கீழ் கைவிடப்பட்ட அம்மாவிடமிருந்து

என்னிடம் கூறப்பட்டதைப்போலவே - அதிகாலையில்
மகனின் வாகனத்திலேறி அதிக தொலைவு பயணித்து
நகரமொன்றின் தெருவோர மரநிழலில் வாகனத்தை
நிறுத்தியவேளை
மூச்சுத் திணறியபோதும் வெளிக்காட்டிக்கொள்ளவில்லை நான்

நன்றாக நினைவுள்ளது இதே மரம்தான் மகனே
உன்னைத் தூக்கிக்கொண்டு பிரயாணக் களைப்பைப் போக்கவென
நின்றேனிங்கு முன்பொரு இரவில் - அதிசயம்தான்
மீண்டும் அந்த இடத்துக்கே எனை அழைத்து வந்திருப்பது

உனைப் பெற்றெடுத்த நாள்முதலாய்
இணையற்ற அன்பைப் பொழிந்தவளிடம்
போய்வருகிறேன் என்றேனும் பகராமல் நீ செல்கையில்
உள்ளம் பொங்கி வழிகிறது விழிகளினூடாக

கைக்குள் திணித்துச் சென்ற ஆயிரம் ரூபாய் நோட்டு பெரும்
சுமையாகிட
உள்ளத்தின் உறுதியைக் கண்களில் திரட்டுகிறேன்
பதற்றமேதுமின்றி வாகனத்தை ஓட்டிக்கொண்டு
பத்திரமாக வீடுபோய்ச் சேர்ந்திடுவாய் என் மகனே

ஓர் மடல்

* நெலும் கவி, லீ கெளி, ஒலிந்த கெளி
இங்கும் இல்லாமலில்லை அம்மா
ஆனாலும் அவற்றை மாற்றி மாற்றி
புதிது புதிதாய்ச் செய்கிறார்கள்

விழாக்களும் இப்பொழுது அதிகமென்பதால்
காட்சிகள் தொடர்ந்தபடி உள்ளன
உறக்கமேயில்லாமல் இரவு முழுதும் ஆடுகிறேன்
காலையில் ஒத்திகைக்கு ஓடுகிறேன்

உடலழகு தொலைந்துவிடுமென்று
இரவுணவையும் தருகிறார்களில்லை
இளம்பெண்கள் பத்துப் பேர் நாம்
அவர்களறியாமல் தேநீர் தயாரித்துக் கொள்கிறோம்

பாடல் ஒளிப்பதிவுகளுக்குப் போனால்
மேலதிகமாக ஆயிரம் ரூபாயளவில் கிடைக்கும்
ஆனாலும்
மூட்டுக்களிலும் முதுகெலும்பிலும் வலியெடுக்கும்

புதிய நடனமொன்றின் மெல்லிய ஆடையில்
கவரப்பட்ட செல்வந்தனொருவன்
பரிசுகள் தந்திட அழைக்கிறான்
நான் முடியாதென்றே மறுத்து வருகிறேன்

விழா நாட்களில் எனக்கு எனது
அம்மா சொன்னவை நினைவில் எழுகின்றன
உண்மைதான் சில விழிகளில்
பெரும் அந்நியத்தைக் காண்கிறேன்

ஒன்பது நாட்களுக்குக் காட்சிகள் தொடர்ந்திருக்க
நேற்றென்னை அந்த வருத்தம் பீடித்தது
ஆனாலும் அதனைக் கவனத்தில் கொள்ளாமல்
வீட்டைப் பற்றி எண்ணி எண்ணியே ஆடினேன்

அம்மாவின் மருந்துகளையும்
அப்பாவின் திதிக்கான பொருட்களையும்
வாங்கத் தேவையான பணத்தை இதோ அம்மா
இந்தக் கடிதத்துடனேயே அனுப்பியிருக்கிறேன்

சகித்திட இயலாக் கைதட்டல் விசிலோசைகளினிடையே
தொலைவில் தெரியும் பின்மூலையில்
கண் இமைத்திடாது எனையே பார்த்தவாறு
அம்மா இருப்பது எனக்குத் தெரிகிறது

*நெலும் கவி, லீ கெளி, ஒலிந்த கெளி - கிராமிய ஆடல், பாடல்வகைகள்

தமிழில் : எம்.ரிஷான் ஷெரீப்

அழைப்பு

கொழும்பு தேநீர்க் கடையொன்றில்
எதிர்பாராவிதமாகச் சந்திக்க நேர்ந்த
செஞ்சாயத்தை ஒரு மிடறருந்தி நிம்மதியடையும் வீரே !
இருபத்தைந்து வருடங்களுக்கு முந்தைய ஞாபகமொன்று
இதயத்தில் கறைகளேதுமற்று

எங்கே வீரே
அன்று உன் தலையை அலங்கரித்த
சுருட்டை முடி
எங்கே உன் முகத்தில் படரவிட்டிருந்த
சிரிப்புப் பூங்கொடி

எதிர்பாராதவிதமாக சந்தித்த
நிலவுதிக்கும் இந்நேரத்தில்
போய் வருவோம் எமது வீட்டுக்கு
விழிகளை இந்த அளவு நீ
விரித்துப் பார்க்கத் தேவையில்லை

தேநீர்க் கோப்பை உடைந்து சிதறிய அந்தி வேளையொன்றில்
நீ அன்று சொல்லாமலே கிளம்பிப் போனாய்
அன்றைய இருளில் எதிர்பாராவிதமாகத்தான் எனது
மனைவியின் கண்ணீரைக் கண்டேன்
நானெதுவும் வினவாத அவளும் சொல்லாத
விடயத்தை நானுணர்ந்து கொண்டேன்
ஆனாலும் உடைந்த கண்ணாடிச் சிதறல்களை அதன் பிறகு
நானே துடைத்து வீசியெறிந்து விட்டேன்

இனி வீரே !
அதன் பிறகாகக் கடந்த காலங்களில்
முறுக்கி விடப்பட்ட மீசையோடும்
போதையில் சிவந்து பெருத்த இரு விழிகளோடும்
பொறுக்கியொருவனாகி நான்.
நீரிழிவு வியாதி முற்றியெனது மனைவியின்
பாதங்களையும் வெட்ட நேர்ந்தது

சுயசிந்தனையும் குறைவு அவளுக்கிப்போது
ஒரே இடத்தில் இருக்கிறாள்
மருத்துவச் செலவுகளுக்காக வீட்டையும் விற்றோம்
லங்ஸி தோட்டத்து அறையொன்றே
இருப்பிடம் இப்பொழுது

போகலாம் வீரே !
பீர் போத்தல்களிரண்டும் எடுத்துச் சென்று
ஓரிரு நாட்கள் அங்கு தங்கலாம்
கதைப்பதற்கு நிறைய இருக்கிறது

தமிழில் : எம்.ரிஷான் ஷெரீப்

தக்ஷிலா ஸ்வர்ணமாலி

பத்மினி சாகுமளவிற்கு உன்னை நேசித்தாள் சந்திரசோம

சந்திரசோம
நீ காலமானதும்
பத்மினி அழவில்லை
வேறு பெண்களென்றால்
நிலத்து மண் தின்று
உளறி உளறி ஓலமிட்டு
ஒப்பாரி வைத்தழுது
துயருறும் விதம் நினைவிலெழ
பத்மினி உன்னை நேசிக்கவில்லையென
கவலை கொண்டாயோ சந்திரசோம

எனினும்
நீயறியாய் சந்திரசோம
மூன்று நான்கு மாத காலத்துக்குள்
பேச்சு வார்த்தை குறைந்து
நடக்கவும் முடியாமல் போய்
திடீரெனச் செத்துப் போனாள்
பத்மினி

தமிழில் : எம்.ரிஷான் ஷெரீப்

எனது குடும்பம்

விடிகாலையிலெழுந்து வேலைக்குப் போகும் அப்பா
இருள் சூழ்ந்த பிறகு வீட்டுக்கு வருவார்
விடிகாலையிலெழுந்து வேலைக்குப் போகும் அம்மா
இருள் சூழ்ந்த பிறகு வீட்டுக்கு வருவார்
விடிகாலையிலெழுந்து பள்ளிக்கூடம் செல்லும் நான்
பள்ளிக்கூடம் விட்டு வகுப்புகள் முடிந்து
இருள் சூழ்ந்த பிறகு வீட்டுக்கு வருவேன்
எமக்கென இருக்கிறது
நவீன வசதிகளுடனான அழகிய வீடொன்று

வசந்த கால நிலவை எரித்தல் எனும் தற்கொலை செய்து கொள்ளல்

சேலை, தாலி எடுத்துக் கொண்டு
எப்போது நீ வருவாயென
பனைவேலி தாண்டி வந்து காத்திருந்த ரேவதி;
நீ அவளது கழுத்தறுத்ததைக் கண்ட பின்பும்
இறுதியாக முனகியதும்
உன் பெயரைத்தானாம் காமினி.

பற்றியெரிந்து தீர்ந்துவிட்டது வசந்த கால நிலா
இப்போதாவது போய்ப் பார்த்து வருவோம்
கல்லறையை
நீ கொன்றது
அவளைத்தானா?
அல்லது
உன்னையேதானா?

இப்பொழுதும் இருக்கக் கூடும் கல்லறையருகில்
அவளது தனிமைக்கென
காற்றில் மலர்களை உதிர்த்தபடி வசந்த கால மரங்கள்

தமிழில் : எம்.ரிஷான் ஷெரீப்

அருகிலேயே இருக்கக்கூடும்
உனதான புதைகுழியும்

செய்த பிழையை ஒருபோதும்
திருத்திக் கொள்ள முடியாதெனினும்
மன அமைதிக்காகவாவது போய்
கூப்பிடு திரும்பவும்
'வா கோயிலுக்குப் போவோம் ரேவதி,
என்னுடன்'
.... இன்னும்
வாங்கவில்லை நான்,
அந்தப் புத்தகத்தை

நான் மிகவும் விரும்பிய கவிதைப் புத்தகமொன்றை வாங்க
இருநூறு ரூபாயை மீதப்படுத்தி
கடைக்கு நான் சென்றதுமே
நீ என்னைக் கைபேசியில் அழைத்தாய்
'ஐயோ அஜி, ஃபோனில் காசு முடியப் போகுது'
கவிதைத் தொகுப்பை வாங்க வைத்திருந்த
கடைசி இருநூறு ரூபாயையும்
உனது கைபேசிக்கு அனுப்பிவிட்டு
வீடு சென்றேன்

நான் மிகவும் விரும்பிய அக் கவிதைப் புத்தகத்தை வாங்க
இருநூறு ரூபாயை மீதப்படுத்தி
நெடுங்காலத்துக்குப் பிறகு மீண்டும் நான் கடைக்குச் சென்றால்

நீ என்னைக் கைபேசியில் அழைத்தாய்
'அஜித் வீடு கட்ட மணல் கொண்டு வந்திருக்கும்
வண்டிக்குக் கூலி கொடுக்கக் காசில்லை'
அந்த இருநூறையும் கையில் பொத்தி நான்
மீண்டும் வீடு வந்தேன்.

நான் மிகவும் விரும்பிய அக் கவிதைப் புத்தகத்தை வாங்க
இருநூறு ரூபாயை மீதப்படுத்திக் கொண்டு
வெகுகாலத்துக்குப் பிறகு மீண்டும் நான் கடைக்குச் சென்றால்
மீண்டும் நீ என்னைக் கைபேசியில் அழைத்தாய்
'ஹேய் சின்ன மகளின் பால்மா முடிஞ்சிட்டுது'
அன்றும் நான் வீட்டுக்குத் திரும்பி வந்தேன்

தமிழில் : எம்.ரிஷான் ஷெரீப்

சில வருடங்களுக்கு முன்பு விவாகரத்து
செய்த மனைவியை கடந்த ஓர் தினம்
மீண்டும் எனக்கு காணக் கிடைத்தது

சனிக்கிழமை சந்தைக்கு
வந்திருந்தாய் நீ
கைக்குழந்தையை இடுப்பில் சுமந்தபடி
நுனி வெடித்த செம்பட்டைக் கூந்தலுக்கு
தேங்காயெண்ணெய் தடவிப் பின்னலிட்டு
அவரை, வெண்டி, நெத்தலி, பெரிய வெங்காயம், பச்சைமிளகாய்
பை நிறைய வாங்கிக் கொண்டு நீ செல்கையில்
கூட்டத்தினிடையே நுழைந்து நுழைந்து
உன் பின்னாலேயே வந்தேன் நானும்
நீ காணவில்லை

'பொருட்களை வாங்கும் வரைக்கும்
கைக்குழந்தையை வைத்திருக்கட்டுமா?
இல்லாவிட்டால் காய்கறிப் பையை
தூக்கிக் கொள்ளட்டுமா?
நீ மிகவும் சிரமப்படுகிறாய்' என
கூற வேண்டுமெனத் தோன்றிய போதும்
கூறி விட இயலவில்லை என்னால்

தற்கொலைக் கொலையாளியாக கொழும்புக்கு வந்த மகேஸ்வரியின் இதயத் துடிப்பு

மூதூர் கடற்கரை...
அக்காக்களோடு விளையாடிய மூதூர் கடற்கரை...
அலை வந்து அள்ளிச் சென்ற எமது
சிறிய காலடிச் சுவடுகள்...
இப்போதும் இடைக்கிடையே
உணர்ந்தும் உணர்ந்திடா
என் கூந்தலில் முன்பு சூடியிருந்த
பிச்சிப்பூக்களின் வாசனை...
செந்நிறத் திலகம் போல எமது
முற்றத்தில் காய்க்கும்
பனங்காய்...

மணிவேலு...
ஒரு நாளிரவு கோவிலில் வைத்து
யாருமறியாது கரம்தொட்ட
மணிவேல்...
வறண்டு வெடித்த பாலை பூமியில்
மிளகாய் விதைத்த
மணிவேலின் உள்ளங்கைகளிலிருந்த

தமிழில் : எம்.ரிஷான் ஷெரீப்

மிருதுவான கொப்புளங்கள்...
எமது கனாக்களில் நான் உணர்ந்த தூய வாசனை...

நான் வீட்டுக்குத் திரும்பி வருவேன்
எப்போதாவதென
இப்போதும் வழியையே பார்த்திருக்கும்
யாருமேயற்ற
எனது தாய்

இப்பொழுதும் கேட்கிறது
அம்மா என்னைத் தாலாட்டிய
ஆராரோ ஆரிரரோ...

தயவுசெய்து தாயே
அழாது நான் உறங்கி விட
எனக்குக் கேட்க நீ பாடு
ஆராரோ ஆரிரரோ...
மீண்டும்

ஐயோ அம்மா
செத்துப் போக முடியாது என்னால்
ஆனால்...
......
......
......?

உதிக்காதே சூரியனே

வேண்டாம் சூரியனே நீ உதிக்க
எனக்குப் பிடித்திருக்கிறது
இப்படியே சுருண்டு படுத்திருக்க
உதிக்கவே இல்லையாயின் சூரியன்
உலகம் எவ்வளவு அழகானதாயிருக்கும்

சூரியன் உதித்ததுமே
ஓடத் தொடங்குவாள் எனது தாய்
என்னையும் இழுத்தபடி.

கழிவறைக்குப் போனாலும் அம்மா கத்துவாள்
'சீக்கிரம் வா...தாமதமாகுது'
வழிநெடுக பாதித் தின்றபடி,
சீருடையைச் சரிசெய்தபடி ஓடிப்போய் நின்றால்
தடியை நீட்டியவாறு அதிபர் கேட்கிறார்
'விரைவாக வரத் தெரியாதா... தாமதிக்கிறாய்'

தாமதமானவர்களின் வரிசையில் காத்திருந்து
வகுப்பறைக்குப் போனால்

தமிழில் : எம்.ரிஷான் ஷெரீப்

ஆசிரியை உத்தரவிடுகிறாள்
'வீட்டுப்பாடம் செய்யவில்லைதானே
முழங்காலில் நில் வெளியே போய்'

பள்ளிக்கூடம் விட்டு
பிரத்தியேக வகுப்புக்கும் சென்றுவிட்டு
வீட்டுக்கு வந்தால்
அப்பாவின கட்டளை
'விளையாடப் போகக் கூடாது,
தொலைக்காட்சி பார்க்கக் கூடாது,
புத்தகத்தைக் கையிலெடு'

உதிக்காதே சூரியனே
எனக்கு சுருண்டு படுத்திருக்க
இரவு எவ்வளவு அழகானது

துரித வாழ்க்கைதான் ஜீவிதமாம், நான் அதில் தோற்று விட்டேனாம்

'வாழ்க்கையின் இலட்சியமென்ன
எதிர்காலத் திட்டங்களென்ன
எதற்காக வாழ்கிறாய்?' என
என்னை நீ கேட்டதும்

'நதிக் கரையில் அமர்ந்து
மூங்கில் புதரில் சாய்ந்திருந்து
ஓடும் நீரில் பாதங்களை நனைத்து
விழிகள் மூடி
என்பாட்டில் அப்படியே இருக்கவும்
அமைதியாக ஓய்வெடுக்கவும்' என
நான் கூறியதும்
நீ என்னை விட்டுச் சென்று விட்டாய்

தமிழில் : எம்.ரிஷான் ஷெரீப்

தொலைவில் போய் நின்றுகொள்கிறேன் நான் திரும்பவும்

தூரத்திலிருந்து பார்த்திருக்கும்போது
அருகில் தெரியும் பலதும் தென்படாதிருப்பதனால்
அழகைக் காணவென அருகில் வந்தால்

ஊளை - கண்ணீர் - வியர்வை
பரு - உண்ணி - தேமல் - கொப்புளம்
பொடுகு - பேன் - ஈர்
நகங்களிடையே அழுக்கு - மூக்குச் சளி - சளி - எச்சில்

கண்டதும்
தோன்றியது
தொலைவில் தெரிந்த அழகு
எவ்வளவு அருமையானதென

எனினும் கத்திச் சொன்னாய் நீ
என் செவிப்பறை கிழிய
'நேசம் என்பது இவை எல்லாம் சேர்ந்ததுதான்' என.

பிரசவத்தின் போது

நினைவில் வந்தான்
எனது கணவன்
நினைவில் தோன்றியது
எனது கணவனின் தெய்வமும்

தோன்றியது எனக்கு
இந்த உலகை
இவ்வளவு அற்புதமாகப் படைத்ததற்கு
நன்றி கூறிக் கூறி
கடவுளுக்குத் தூபமிடும்
எனது கணவனையும்
கணவனின் தெய்வத்தையும்
தேடிப் போய் இழுத்து வர

தமிழில் : எம்.ரிஷான் ஷெரீப்

பூனையாகிய நான்...

உங்களைப் போலவே எனக்கும் மகிழ்ச்சி தோன்றுமெனினும்
உங்களைப் போல என்னால் சிரிக்க இயலாது
உங்களைப் போலவே எனக்கும் கவலை தோன்றுமெனினும்
உங்களைப் போல என்னால் அழ இயலாது

உங்களிடம் கூறவென என்னிடம் நிறைய இருக்கின்றன எனினும்
உங்களிடம் என்னால் அவற்றைக் கூறி விட இயலவில்லை
உங்களைப் போலவே எனக்கும் வலிக்கும்
உங்களைப் போலவே எனக்கும் பசிக்கும்
உங்களைப் போலவே எனக்கும் துன்பங்கள், தொந்தரவுகள் நேருமெனினும்
உங்களைப் போல என்னால் அவற்றுக்கெதிராக போராட இயலவில்லை

உங்களைப் போல என்னால் உரிமைகளுக்காகப் போரிட இயலவில்லையெனினும்
உங்களைப் போலவே நானும் துயரங்களுக்கு ஆளாகிக் கொண்டேயிருக்கிறேன்
உங்களைப் போல என்னால் அவற்றை வர்ணித்துக் கூற இயலவில்லையாதலால்
உங்களை விடவும் நான் நேர்மையாக இருக்கிறேன்

முன்பு போலவே நாங்கள் மீண்டும் கைகோர்த்து நடக்கிறோம்

இலக்கற்று நடந்து கொண்டிருந்தோம் அன்று
ஆசையோடு கைகள் கோர்த்த நாங்கள்
எவ்விதக் காரணங்களுமின்றி
ஒரே பாதை நெடுகவும்
அங்குமிங்குமாய்
மேலும் கீழுமாய்
களைப்பெதுவும் கூடத் தோன்றவில்லை நமக்கு

வெகுகாலத்துக்குப் பிறகு
இப்பொழுதும் நாங்கள்
நடந்து கொண்டிருக்கிறோம் கைகள் கோர்த்து
தனியாக பாதங்களை மாற்றி வைக்க சக்தியற்று

அன்று போலவே மீண்டும் நாங்கள்
கைகள் கோர்த்து நடந்துசெல்கிறோம்
பற்றிப் பிடிக்க ஏதுமற்று
நடக்க இயலாது என்பதனால்

அரச வைத்தியசாலை
நீரிழிவு முகாமிற்கு

தமிழில் : எம்.ரிஷான் ஷெரீப்

அயல்வாசி

நுரை நிறக் கண்களுடைய ரகு
ஆழப் புதைந்த விழிகள்
எவருக்கும் அழகெனத் தோன்றவில்லை
ஆனாலும் அழகாய்த் தோன்றின அவ் விழிகள் எனக்கு
மோட்டார் ஒன்றினால் தாக்குவதைப் போல
உணர்ந்தேன் ரகு பார்க்கையில்

போவான் வருவான்
காலையில் போய் மாலையில் வருவான்
மாலையில் போய் காலையில் வருவான்
சில நாட்கள் போனதுமே திரும்பி வருவான்
சில நாட்கள், பல தினங்கள் கழித்து வருவான்
சில நாட்கள் எங்கேயும் போகாமலே இருப்பான்

சுவர்ப் பலகைகளுக்கிடையே தென்படும் எனக்கு
ஏதேதோ கழற்றிக் கழற்றிப் பூட்டுவது
மின்குழாய்களோடே ஜீவிதம் எப்போதும்

என்னைப் போலவே ரகுவும்
பலகை இடைவெளிகளினூடே என்னை
பார்ப்பானோ நான் அறியேன்
இருக்காது
ரகு அப்படியிருக்க மாட்டான்

ஒரே முற்றம்தான்
எனக்கும் அவனுக்கும்
எப்பொழுதுமே கேடாகிப் போகும்
மோட்டார் சைக்கிளை எமது
முற்றத்தில் நிறுத்தி வைத்து
சரிப்படுத்திக் கொண்டிருந்த நாளொன்றில்
ரகுவின் அருகிலமர்ந்தேன் நானும்

'பொட்டு வைத்தால் அழகாயிருக்கும்' என்றான் ரகு
வைத்துக் கொண்டேன் பொட்டொன்றை
அங்கிருந்த கறுத்த எண்ணெய்க் கசிவினால்.
ரகு சிரித்தான் கேலி செய்வதைப் போல
எங்கிருந்து எனக்கு பொட்டு
என் கண்ணீர் கண்டு துயருற்று
'அழ வேண்டாம், அழகாயிருக்கிறாய்' என
தமிழில் சொன்னான் ரகு

சில நாட்கள் இரவில் வரும்போது
சந்திக் கடையிலிருந்து ரகு
வாங்கிவரும் கொத்து ரொட்டியில்

பாதி எனக்குத் தருவான்
உண்ணச் சொன்னானே தவிர ஒருபோதும்
ஊட்டி விடவில்லை எனினும்
உண்ணும்போது இடைக்கிடையே
பார்த்துக் கொண்டிருந்தான் என்னையே

அறைக்கு வாடகை வாங்க
எனக்குத் தோன்றவில்லையெனினும்
எவ்விதம் நடத்திச் செல்வேன் எனது ஜீவிதத்தை
வாங்காது விட்டால்

பணம் வேண்டாமெனச் சொன்ன மாதம்
வாங்கி வந்தான் ரகு
சிறு வண்ணப் பூக்களிட்ட சேலையொன்றையும்
நிறைய வளையல்களையும்.
சேலை உடுக்கத் தெரியாதென்றதும்
அணிவித்து விட்ட ரகு
அழகு பார்த்தான் வளையல்களையுமிட்டு

'பொட்டு?' நான் கேட்டேன்
'இல்லாவிட்டாலும் பரவாயில்லை'
என்றான் ரகு

ஓர் தினம் போலிஸ் வந்தது
அசுப வேளையொன்றில்
புரட்டிப் போட்டனர் எனதறையை

அடுத்ததாகச் சென்றனர்
ரகுவின் அறைக்கு

உறக்கத்திலிருந்தான் ரகு
அதிகாரிகள் அவனைக் கைது செய்வதை
தோட்ட மக்கள் அனைவரும்
சுற்றியிருந்து வேடிக்கை பார்த்திருக்க
'அவரைக் கொண்டு போகாதீங்க' என
அழுதழுது பின்னால் ஓடினேன் நான் மாத்திரம்
விட்டுச் செல்லவில்லை அதிகாரிகள் ரகுவை
என்னிடம்

கொண்டு செல்லப்பட்ட ரகு
மீண்டும் வரவேயில்லை ஒருபோதும்
ரகுவின் அறையிலிருந்த துண்டுதுணிக்கைகள்
அனைத்தையும் கூட
எடுத்துச் சென்றிருந்தனர் அதிகாரிகள்

பிறக்கக் காத்திருந்த குழந்தையின் தந்தை
தோடம்பழப் பெட்டியை தலையில் வைத்தபடி
அன்றாட உழைப்புக்காக நடந்து கொண்டிருக்கையில்
புறக்கோட்டையில் வெடித்த குண்டில்
மரித்துப் போன நாளன்று
துயருற்ற அளவுக்கு
கவலை தோன்றியது
இறுதியாக ரகு
என்னைப் பார்த்தபோது

தமிழில் : எம்.ரிஷான் ஷெரீப்

வீடு திரும்பியிருக்கும் மகன்

உஷ்ணமாகவேயிருக்கிறது இன்னும் மண்
குருத்தோலைக் கீற்றுக்கள் இன்னும் காயவில்லை
நீ அனுபவித்த மரண வலி
இப்பொழுது மிகவும் அமைதியாக
பூமியின் கர்ப்பத்துக்குள்
ஓசையேதுமற்று

அறிந்திராத பாலைபூமியை அரவணைத்து
தனித்துச் செத்துப் போனது எங்ஙனம்
மரித்துப் போயிருந்தால்
எம்மை நாமே அரவணைத்தவாறு
இத் தனிமை தோன்றியிராது
மரணிக்கும் பலம் கொடுக்க
அருகிலேயே இருந்திருந்தால்

சிறு துரும்பையும் சுமந்திராக் கைகளில்
பார ஆயுதங்களைத் தாங்கிய போது
உள்ளங்கைகள் கரடுதட்டிப் போகாதிருக்க வேண்டி
ஈரமற்றுப் பரந்த பூமியோடு நான் சவால்விட்டிருந்தேன்

திரும்ப வந்தாயோ
யாருடைய தோள் மீதோ
இத்தாயைப் பார்த்துப் போக
இறுதியாக

வாசனைத் திரவியங்களால் உடல் நனைத்து
பிரார்த்தனைகளோடு முத்தமிட்டு
சுகமாய்க் கிடத்திய தொட்டில்
பால்வாசனையோடே இருக்கிறது இப்போதும்
அவ் வாடை நீங்கா முன்பே
தனியாகப் போனாய் நானில்லாமல்

யுத்த முகாம் தந்த குருதி சிந்திய உடல்
ஐயோ...
எவ்வளவு தனிமை தோன்றியிருக்கக்கூடும்

தொட்டாற்சிணுங்கி முள் குத்தினாலும்
கண்கள் கலங்கிய அவ் விழிகளிலிருந்து
எவ்வளவு கண்ணீர் வெள்ளமெனப் பாய்ந்திருக்கும்
மென்மையான வண்ணத்துப்பூச்சி இறகென
பாதுகாத்து வளர்த்த அவனுடலை
குண்டுகள் தாக்கிய போது

போனதை விட வேகமாக
எப்படி வந்தாய் மகனே
வந்து செல்ல வருவதாகச் சொல்லாமலே

தமிழில் : எம்.ரிஷான் ஷெரீப்

மெல்லிய விடிகாலைப் பனி

பாரம்பரிய வீட்டில் தனித்து மீதமான
ஒற்றைப் பாட்டியின் மடியிலமர்ந்து
நாட்டார் கதைகளை காது நிறையக் கேட்டிருக்க,
தென்னை ஈர்க்கில்குச்சிகள் கொண்டு
கூட்டிப் பெருக்கிய பெருவீட்டு முற்றத்தினோரம்
வெண்ணிறப் பூக்கள் நிரம்பிய மரத்தின் கீழமர்ந்து
உதிர்ந்த பூக்களைச் சேகரித்துச் சேகரித்து மாலை கோர்க்க,
பாட்டியின் வண்ண வண்ணப் பூக்கள் நிறைந்த
சீத்தைத் துணியைப் போர்த்தி
மழை பெய்யும்போது வானம் பார்த்தவாறு
சாலையில் அமர்ந்திருக்க
எவ்வளவு விரும்புவேன் நானென
யாரும் அறிய மாட்டார்கள்
பாட்டியைத் தவிர.

இரு கைகள் கோர்த்தும் அணைத்திட முடியா
பெருந் தூண்கள் இருக்கும்,
பாட்டி எப்போதும் தனித்தே பெருக்கித் துடைக்கும்

பாற்தூய்மை வெள்ளையென வெளுத்த
பரிசுத்தமான பாரம்பரிய வீட்டுக்கு
வேறு யாரோ வருகிறார்களாம் குடியிருக்க
இன்று, நாளைக்குள்.

எனக்கு என்னைத் தெரிந்த அளவிற்கு என்னை அறிந்த,
யாராலும் புரிந்துகொள்ள முடியாத என்னை உணர்ந்த
பாட்டியின் தனிமைக்கு
என்னை விடப் பெறுமதியான யாரேனும் உண்டோ
வருபவர்கள் என்னளவிற்கு விரும்புவரோ பாட்டியின்
வெண்ணிறப் பூக்களை ஒத்த பேரழகான
நரைத்த கூந்தல் கற்றைகளை

மெல்லிய அதிகாலைப் பனியை எனக்களித்த மேகமே
வேண்டாம் எனைக் கரைத்து மழையாய்ப் பெய்ய

டீ. திலக பியதாஸ

வண்ணத்துப் பூச்சியொன்றும் எறும்பொன்றும்

சிறகொன்றை இழந்த
அறிமுகமற்றதோர் வண்ணத்துப் பூச்சியை
சந்தித்தேன் போகன்விலா புதரு க்குக் கீழே.
வான் நோக்கிப் பறக்கவியலா.....
மலரொன்றில் தேன் உறிஞ்சவியலா.....
இந்த வாழ்வெதற்கென
அது தனியாகச் சிந்திக்கக் கூடும்.
தனித்து நானும் என்செய்ய?
சிக்கிக் கொண்டிருந்திருந்தால் சிலந்தி வலையொன்றில்
சிக்கலை விடுவித்திருக்கலாம்.
தத்தளித்தபடியிருந்திருந்தால் தண்ணீரில் விழுந்தது
வெளியேற்றி விட்டிருக்கலாம்
ஆனால் இழந்த ஒற்றைச் சிறகுக்கு...?
கடவுளல்ல நானும்
வண்ணத்துப் பூச்சிச் சிறகொன்றைச் செய்து கொடுத்திட.
ஆகவே விடைபெறுகிறேன், வண்ணத்துப் பூச்சிச் சிறகு குறித்த
எண்ணங்கள் தவிர்த்து !

தமிழில் : எம்.ரிஷான் ஷெரீப்

✸

வண்ணத்துப்பூச்சி ஒற்றைச் சிறகொன்று நடந்து செல்கிறது,
மணற்துண்டுகளினிடையே மெதுமெதுவாக.....
புதுமையாயிருக்கிறதேயென இரு
விழிகளையும் விரித்துப் பார்த்தேன்,
அது அசைவதைக் குறித்து ஆழமாக....
வியக்க ஏதுமில்லை நண்பர்களே,
எறும்பொன்று மெதுமெதுவாக
சுமந்து செல்கிறது
போகன்விலா புதர்க்குக் கீழே கண்டெடுத்த
வண்ணத்துப் பூச்சிக்கு உரிமையற்றுப் போன ஒற்றைச்
சிறகொன்றை

கவிஞனொருவனின் மரணம்

கதிரையொன்று, உடைந்த மேசையொன்று
விசிறப்பட்ட புத்தகங்கள் எல்லா இடங்களிலும்
பின்னணியில்....
கழுத்தில் சுருக்கிட்டுக் கொண்ட மனிதனொருவன்

காற்று வீச்சுக்கேற்ப திறந்து மூடும்
ஜன்னலிலிருந்து வரும்
தென்றலுக்கு விசிறப்படும்
ஏனைய கிழிந்த தாள் துண்டுகள்
பின்னணியில்....
கழுத்தில் சுருக்கிட்டுக் கொண்ட மனிதனொருவன்

ஜன்னல்களினிடையிலிருந்து வரும்
ஒளிக் கீற்றுகளில் தென்படும்
இருண்டு போன கவிதைகளினிடையே
இன்னும் மை கூட உலர்ந்திராத

தமிழில் : எம்.ரிஷான் ஷெரீப்

தெளிவற்றதோர் வார்த்தைக் கோர்வை
பின்னணியில்....
கழுத்தில் சுருக்கிட்டுக் கொண்ட மனிதனொருவன்

எழுதப்பட்டிருந்ததை
காணவில்லை யாருமின்னும்
அந்த வார்த்தைகள்
'ஏனவள் எனக்கெழுதியனுப்பினாள்
அனுதாபம் மட்டுமே காட்டுவதாக
எனது கவிதையுள்ளத்துக்கு...'

வழி தவறிய கவிதையொன்று

நடுச் சாமத்தில்
உறக்கத்துக்கும் விழிப்புக்குமிடையே
மனம் ஓடும் எல்லா இடங்களுக்கும்
அறியா வெளிகளுக்கும்.

'டொக் டொக் டொக்'
யாரது? உள்ளம் கேட்கும்
'யார் நீ?'
உரத்த குரலில் வினவுகிறேன் நான்.

'நான். வந்து... வந்து...
வழி தவறிய கவிதையொன்று.
கதவைக் கொஞ்சம் திறக்க இயலுமா?'

கவிதையொன்றாம். வழி தவறி விட்டதாம்.
திறப்பதா கதவை?
எனது கதவைத் திறக்காதுவிடின்

வழி தவறிப் போகும் கவிதை.
கதவைத் திறப்பின்....
வழி தவறிப் போவேன் நான்.

பரவாயில்லை வருவது வரட்டும்.
மெதுவாகக் கதவைத் திறந்து
கவிதை உள்ளே வர விடுகிறேன்.

எப்படியும் எந்நாளும்
எனதிதயம் வழிதவறிக் கொண்டுதானே இருக்கிறது

அனைத்து உறவினர் நண்பர்களுக்கும்

உறவினர்களே, மனம் கவர்ந்தவர்களே
எனதன்பின் நண்பர்களே!
புரட்டிப் பாருங்கள் உங்களது
கடந்தகால நாட்குறிப்பொன்றில் அல்லது எங்காவது
எழுதப்பட்டதொன்றிருக்குமென்பதில் சந்தேகமில்லை
உங்களுக்கென்றொரு பாசத்துக்குரிய நேச மடல்

இப்பொழுதினி
கொப்பித் தாளொன்றைக் கிழித்து
எழுதுங்கள் அன்பான வாக்கியங்கள் ஒன்றிரண்டை
அல்லது திட்டுக்கள் ஒன்றிரண்டை
எழுதி முடித்து உறையிலிட்டு முகவரியெழுதி
தபாலிலனுப்புங்கள் எனது பெயருக்கு
அவையெதுவும் இயலாதிருப்பின்
இன்னுமிருக்கின்றன தபாலட்டைகள்
தபாலகங்களில்

மன்னிக்கவும் அன்பர்களே இவையெல்லாவற்றுக்கும்
எதற்காக இவையெனில்
துண்டுத் தாளொன்றில் எழுதப்படும்
எழுத்துக்களிணைந்து உருவாகும் சொற்களை
சொற்களிணைந்து உருவாகும் வாக்கியங்களை
நானின்னும் நேசிக்கிறேன்
மனதோடு நெருக்கமான
உயிரிருக்கிறதென எண்ணுகிறேன் நான்
அவ்வெழுத்துக்களுக்கும், சொற்களுக்கும்

கிழிசல் கண்டுள்ள பணப்பை

கையிலெடுக்கும் போது
உள்ளிருக்கும் சில்லறைகள் ஒவ்வொன்றாக
ஆங்காங்கே விசிறப்படுமளவுக்கு
ஐயோ மோசமாகவுள்ளது பணப்பை இன்று

எந்த வருடத்திலென ஞாபகமில்லையெனினும்
வாங்கிய தினம் நினைவிருக்கிறது
நிறைய வியாபாரிகளிடம்
பேரம் பேசிச் சத்தமிட்டதுவும்

அன்று கையிலெடுத்தபோது
பழக்கப்படாதவொன்று போல இருந்ததெனினும்
இப்பொழுது தூரப் போட முடியாதளவுக்கு
விரல் நுனிகளிடம்
பழகிப் போயுள்ளது இப் பணப்பை
கிழிந்து சிதைந்திருப்பினும்

தமிழில் : எம்.ரிஷான் ஷெரீப்

எவ்வாறாயினும் நாளையொரு புதுப் பணப்பையை
வாங்கவே வேண்டுமென எண்ணுகிறேன் தினமும்
பேருந்தில் இன்னுமொருவர் முன்னிலையில்
வெளியே எடுக்க முடியாதளவுக்கு
மோசமாகவும் சுருங்கியுமுள்ளது

ஆனாலும் அந்த நாளை
எப்பொழுது வருமென அறியேன்
இரண்டு மூன்று முறை விசாரித்துப் பார்த்தும்
இன்றைய கடைகளில் இல்லை
சிறியதொரு பணப்பை எனக்கே பொருத்தமான

இந்தளவுக்கு விரல்நுனிகளுக்கு பழகிப் போயுள்ள
ஆழ்மனதும் தூரப் போட விரும்பாத
கஞ்ச மனமேனோ நானே அறியேன்
கிழிசல் கண்டுள்ளது பணப்பை

சின்னத் தம்பி

குருவிகள் பறந்துவிட்டன
வனாந்தரத்துக்குள் வெகு தொலைவுக்கு
சின்னத் தம்பியே கவட்டுவில்லுக்கு
வேண்டாம் இன்னும் கற்கள் தேட

காப்பதற்கென்றால் இன்னுமிங்கு
பயிர்நிலமொன்றேது
வந்திருக்கிறதொரு கடிதம் வங்கியிலிருந்து
ஏலத்தில் விற்கப் போகிறார்களாம்
அடகு வைத்த பத்திரங்கள் நான்கையும்

அதற்கு முன்பு விசாரிக்கவென
அவர்களனுப்பிய கடிதத்துக்கும்
அப்பா பதிலனுப்பவில்லையாம்
அது கடைசி அறிவித்தலாம்

தமிழில் : எம்.ரிஷான் ஷெரீப்

அப்பாவின் கல்லறைக்கருகில்
விளக்கொன்றாவது வைத்துவர
வா போகலாம் சின்னத்தம்பியே

வேண்டாம் வேண்டாம் சின்னத்தம்பியே
கவட்டுவில்லை வீசியெறிய
எப்பொழுதாவதொரு கணத்துக்கேனும்
தேவைப்படும் கவட்டுவில்லும்

நான், மனைவி மற்றும் மகள்

கண்டாயோ அன்பே நீ
பேருந்து நிலையத்தின் மூலையொன்றிலிருந்து
காதல் வசனங்களையுளறும்
அவ்விளம் காதல் சோடியை
ஒருவரையொருவர் குறித்தன்றி
உலகில் வேறெவர் குறித்தும்
அவர்களறியாதது போல

உனக்கு மறக்கவியலா
அந்த இனிய இறந்தகாலம்
எனக்கும் இன்னும் நினைவிலிருக்கிறது
நாங்களும் அந்நாளில் அவ்விடத்தில் சந்தித்து
உளறினோம் காதல் வசனங்களை
ஊடலுற்றதுவும் குறைவில்லை
நேராகப் பார்ப்பது போல் இன்றும்
மீட்டுகின்றன குறைவற்ற நினைவுகளை

தமிழில் : எம்.ரிஷான் ஷெரீப்

நானுரைக்கும் இவ் வசனங்களைக் கேட்டு
கோபப்படாதே என் பிரியத்துக்குரியவளே
நாங்களன்று கழித்த அக்காலம்
வந்திருக்கிறதெமது அன்பு மகளுக்கின்று
பேருந்து நிலையத்தின் மூலையில்
காதலனுடன் அக் காதல் வசனங்களை முணுமுணுத்த
காதலியைக் கண்டாயோ நீ
உனதும் எனதும் மகளை
அடையாளம் காணவில்லையோ நீ?

முடிவற்ற...

ஆஹா!
எவ்வளவு இனிமையாக இருந்தது
உங்களுடன் கழிந்த அந்த மாலை நேரம்....
ஒவ்வொருவரும் இடைவிடாது கதைத்து
இதுவரையில் எவரிடத்திலும் சொல்ல இயலாமல் போன
நிறைய விடயங்களை உளறினோம் நாம்
கடவுள் முன்னிலையில்
பாவமன்னிப்பைக் கோருவது போல....

உணவு விடுதியுள்ளேயெழும்
ஆயிரக்கணக்கான ஓசைகளுக்கு மத்தியில்
இனிய கீதங்களைப் பாடியதும் நினைவிருக்கிறது
ஆட்சியாளர்களைக் குறித்தும்
நடிகர்களைக் குறித்தும் நிறைய விடயங்களோடு
விவாதித்ததுவும்....
போத்தல் மூடிகளைத் திறக்கும்,
கண்ணாடிப் பாத்திரங்கள் உரசும்,

தமிழில் : எம்.ரிஷான் ஷெரீப்

ஓலமிடும் சத்தங்களுக்கிடையில்
மறந்துபோகுமோ அவ்வாறானதொரு
அந்திநேரம் எப்பொழுதும்

ஆனாலும் நண்ப
இன்று காலையிலிருந்தொரு
முடிவுக்கு வந்திருக்கிறேன் நான் திரும்ப
தொண்டைக்குக் காரமான, நாற்றமான,
அழுக்குப் பானங்களை இனிமேல்.....
பருகாமலிருப்பதாக
 (மீண்டும் எக் கணத்திலோ,
எங்கேயோ, எப்பொழுதோ உங்களை
சந்திக்கும் வரைக்கும்)

யுத்த களமொன்றின் இறுதிக் கணம்

எனக்கு முன்னால்
என்னைக் குறிபார்த்தவாறு ஆயுதமொன்றை நீட்டியிருக்கும்
எதிரிப் படைவீரனை நோக்கி
நானொரு துப்பாக்கிக் குண்டை விடுவிக்கவே வேண்டுமா

அவ்வாறு நான் செய்யாதுவிடின்
துப்பாக்கி ரவையொன்று வரும்
எனதுடலைத் தேடி
துளைத்துச் செல்லும்முகமாக

ஆகவே வெற்றி அவனுக்கா, எனக்கா?
அவன் முந்திக் கொண்டால்
நாளை செல்லக் கூடும்
அவனது பெற்றோரைப் பார்த்து வர
அல்லது அவன் வரும் வரைக்கும்
கண்ணீர் சிந்திக் கொண்டிருக்கும்
மனைவி, பிள்ளைகளிடம்

தமிழில் : எம்.ரிஷான் ஷெரீப்

அவ்வாறாயின், உடனடியாக
இந்த ஆயுதத்தை இயக்கவேண்டியது நானா?
அப்பொழுதுதான் எனக்கு நாளை
சம்பளத்தோடு சில மாதங்கள்
விடுமுறை கிடைக்கும்
செல்ல முடியும்
நான் வரும் வரைக்கும் கண்ணீர் சிந்திக் கொண்டிருக்கும்
பெற்றோர், மனைவி பிள்ளைகளை
பார்த்து வர நாளை

ஆகவே முந்திக் கொள்ளும் முதல் துப்பாக்கி ரவையில்
எழுதப்பட்டிருப்பது
அவனது பெயரா
அல்லாதுவிடின் எனது பெயரா?

இஸுரு சாமர சோமவீர

தமிழில் : எம்.றிஷான் ஷெரீப்

மானாச் செடியருகே புதிய ஓட்டு வீடு

வாசலுடனான அறை இராணுவத்திலிருக்கும் அண்ணனுக்கு
மத்தியிலிருக்கும் அறை எனக்கும் சின்னத்தம்பிக்கும்
பின்புறத்திலிருக்கும் அறை முழுவதுமாக அம்மாவுக்கே
அப்பாவின் புகைப்படத்தினருகே வெண்ணிறப் பூக்கள்

சாணி தோய்த்த நிலத்தில் பன் பாய் விரித்து
சிறு பூக்கள் அழிந்த சீத்தைத் துணியால் போர்த்தி
சிட்டுக்குருவிக் குஞ்சு போல ஒடுங்கி
உறங்கிய விதம் நினைவிலெழும் வேளைகளில்
உணர்கிறேன் மகிழ்வையும் துக்கத்தையும் ஒருசேர

விவசாய நிலத்தை விதைக்கத் தயார்படுத்தும் நாட்களில்
அண்ணன் தவறியும் வரமாட்டார் அப் பகுதிக்கு
அப்பா, அண்ணன் மீது வருத்தத்துடனிருந்த போதும்
இவ்வீட்டைக் கட்டிமுடித்தார் அண்ணா - தனது பத்து மாதச்
சம்பளத்தில்

கீழே வயலில் வெண்ணிற மானா மலர்கள் பூக்கையில்
நாமிருந்த வீட்டின் மானாக் கூரை மீது கொடிகள் படருகையில்
மழைத் துளிகள் விழாத போதும் அச்சமில்லை இதயத்துக்கு
இந்தப் பெருவீடு எவ்வளவு சுகமாக இருக்கிறதெமக்கு

எப்பொழுதாவது அம்மா அழுவாள்
எமது தலையைத் தடவிக் கொடுத்து திரும்ப புன்னகைப்பாள்
'மகனே இப்பொழுது நீங்கள் போகும் வேகம் மிக அதிகம்'
எனும்போது இராணுவத்திலிருக்கும் அண்ணன் சிரிப்பான்

என்னை மன்னித்து விடு குவேனி

மேலுதட்டில் வியர்வைத் துளிகளரும்பிய
கருத்து ஒல்லியான இளம்யுவதிகளைக் காண்கையில்
இப்பொழுதும்...
அதிர்ந்து போகிறதென் உள்மனது

தவறொன்று நிகழ்ந்தது உண்மைதான்
நினைவிருக்கிறதா அந் நாட்களில்
தாங்கிக்கொள்ள முடியாத குளிர்
விசாலமாக உதித்த நிலா

பொன் நிற மேனியழகுடன்
எனதே சாதியைச் சேர்ந்த
எனது அரசி
எமதிரட்டைப் படுக்கையில்
ஆழ்ந்த உறக்கத்தில் தனியாக

குழந்தையொன்றை அணைத்தபடி
அரண்மனை மாடியில் நின்று
கீழுள்ள காட்சிகளைப் பார்க்கின்ற
கனவொன்றில் அவள் திளைத்திருக்கக்கூடும்

இருந்திருந்து இப்பொழுதும் உதிக்கிறது
அம் மோசமான நிலா
மண்டபத்திலிருந்து
மயானத்தின் பாழ்தனிமையை
அறைக்குக் காவி வருகிறது

தமிழில் : எம்.ரிஷான் ஷெரீப்

ஏதோவொன்று

வருவதையும் போவதையும் கூற முடியாத
குளிரொன்றைப் போன்ற அது
தென்படாதெனினும் உணரலாம்
எம்மைச் சுற்றி இருப்பதை

அது எம்மைத் தூண்டும்
கண்டதையும் காணாதது போல
வாய் பொத்தி, விழிகள் மூடி
ஆழ்ந்த உறக்கத்தில் மூழ்க

பசியின் போதும்
குருதி பீறிடும் போதும்
அடுத்தவன் செத்துக் கொண்டிருக்கும் போதும்
அமைதியாக
சடலங்களைத் தாண்டித் தாண்டி
நாம் வேலைக்குச் செல்லும் வரை

அது
என்னது?
எங்கிருந்து வந்தது?

சிறுவன்

முடிவேயற்று மிகவும் நீண்ட
அந்தப் பேருந்துப் பயணத்தில் வாந்தியெடுத்த,
காய்ச்சலுக்கு தெருவோரக் கடையொன்றில்
தேயிலைச் சாயம் குடித்த,
அப்பாவைத் தேடி அம்மாவுடன்
✦பூஸாவுக்குச் சென்ற...

கல்லெறிந்து மாங்காய்ப் பிஞ்சுகளை
பையன்கள் பறித்துப் போகையில்
அவர்களுக்கொரு பாடம் புகட்டிட
அப்பா இல்லாததால்
உதடுகளைக் கடித்து
பெருமூச்சைச் சிறைப்படுத்திக் கொண்ட...

ஒருபோதும் தான் காண அழாத அம்மா
மறைவாக அழுவதைக் கண்டு
உறங்காமல்
உறங்குவது போல் தலையணை நனைய அழுத...

தமிழில் : எம்.ரிஷான் ஷெரீப்

ஆற்றில் சுழிகள் உடையும் விதத்தை
இரவுப் பூக்கள் மலரும் விதத்தை
நட்சத்திரங்கள் உதிர்ந்து வீழும் விதத்தை
தன்னந்தனியாகப் பார்த்திருந்த...

எவ்வளவு தூரத்தியும் போகாத
அந்தக் கருத்த, ஒல்லியான, விடலைச் சிறுவன்
இருக்கிறான் இன்னும்
நள்ளிரவில் விழித்து அவன்
அவ்வப்போது தனியாக அழுகிறான்

ஈரமாகிறது எனது தலையணை

● பூஸா - இலங்கையில் சந்தேகத்தின் பேரில் கைது செய்யப்படுபவர்களின் சிறைச்சாலை அமைந்திருக்கும் இடம்

சினேகிதனொருவன்

சிநேகிதனொருவன் இருக்கிறான் எனக்கு
ஒரு பயனுமற்ற பொறுக்கியென
அனேகர் கூறும்படியான

அவ்வப்போது நள்ளிரவுகளில்
பயங்கரமான கனவொன்றைப் போல
உறக்கத்தைச் சிதைத்தபடி
வருவான் அவன் எனதறைக்கு

வடையொன்றை, கடலைச் சுருளொன்றை
எனது கையில் திணிக்குமவன்
வரண்ட உதடுகளை விரித்து
குழந்தைப் புன்னகையை எழுப்புவான்

உரையாடல்களை உடைக்கும் சொற்களோடு
சிவந்த விழிகளைச் சிறிதாக்கி
புரியாதவற்றை வினவுவான்

எனது தோள்களைப் பிடித்து
பதிலொன்றைக் கேட்டு
இரு விழிகளையும் ஊடுருவுவான்

அத்தோடு எனது தோள்மீது
அவனது தலையை வைத்து
கண்ணீர் சிந்துவான்

நிறுத்தும்படி கேட்கும்
எனது பேச்சைச் செவிமடுக்காது
ஒரு கணத்தில் இருளில்
புகுந்து காணாமல் போவான்

பகல்வேளைகளில் வழியில்
தற்செயலாகப் பார்க்க நேர்கையில்
தெரியாதவனொருவனைப் போல
என்னைத் தாண்டிச் செல்வான்

திறந்திருக்கிறது கதவு

கதவு திறந்திருக்கிறது
போகலாம் உன்னால்
விரும்பினால்

வழமை போலவே
பூக்கக்கூடும் பூக்கள்

முன்பு போலவே வீட்டுக்கு வெளியே
பாடக் கூடும் பட்சிகள்
அவற்றின் கீதங்களை

எனினும்
எப்பொழுதும் திகழ்ந்துகொண்டேயிருக்கிறது
அடர்த்தியாகப் பின்னலிட்ட
ஆழ்ந்த அமைதி
வீட்டினுள்ளே

தமிழில் : எம்.ரிஷான் ஷெரீப்

அமைதியை உடைக்கவென
எப்பொழுதாவது
சுமக்க முடியாக் கதைகளுடன்
வீட்டினுள்ளே எட்டிப்பார்க்கும்
பெருங் குறும்புடனான சிறு பட்சியொன்று

எனினும் உடனே
அலறிப் பறந்தோடும் தொலைதூரம்
வீட்டினுள்ளே அமைதியை
தாங்கிக் கொள்ள முடியாமல்

தீவு

பெரிய கப்பல்கள் சிறு ஓடங்கள்
அடிக்கடி தாண்டிச் செல்லும்
நீ காணும்
எனினும் காணாத
சிறியதொரு தீவு குறித்து
அறிவேன் நான்

பௌர்ணமி நிலா உச்சிக்குச் சென்ற
தனிமையில்
பாற்சிப்பிகளை விரித்து
அலைகள் ஓலமிடும் கரையைப்
பார்த்திருக்கிறது இத் தீவு
எவரும் வரமாட்டார்களென்பதை
நன்கறிந்தும்

எந்த வரைபடங்களிலுமில்லாத
பூக்கள் பூத்துதிரும்
உயிருள்ள
எனினும் எவரும் வராத
தீவொன்று இருக்கிறது
நீ காணும்
எனினும் காணாத

தமிழில் : எம்.ரிஷான் ஷெரீப்

நான் வெளியேறுகையில்...

நான் வெளியேறுகையில்
என்னைத் தொடர்ந்து
புன்னகைத்தபடி
வருவதில்லை நீ வாசல்வரை
முன்பு போல

கட்டிலிலே சாய்ந்து
என்னையும் தாண்டி
கதவினூடாகப் பார்த்திருக்கிறாய்
தொலைதூரத்தை
அமைதியாக

பறக்கிறது பட்டம்
மிகத் தொலைவான உயரத்தில்
நூலிருக்கும் வரை

தெரியும் உனக்கும்
என்னை விடவும் நன்றாக

நீ சந்தோஷமாக இருக்கிறாயா?

நீ சந்தோஷமாக இருக்கிறாயா?
ஆமாம், நானென்றால் மிகவும் சந்தோஷமாக...
திருமண வைபவமொன்றில், சாவு வீடொன்றில்,
மனிதர்கள் அதிகம் கூடுமிடமொன்றில்
சின்னஞ்சிறு நகைச்சுவைகளுக்கும்
சத்தமிட்டுச் சிரிக்கிறேன் நான்

உருளைக் கிழங்கு போல உருண்டையாக
தக்காளிப் பழ நிறத்தில்
துடிதுடிப்பான குழந்தைகள்
இருவர் உள்ளனர் எனக்கு

சேலையை அழகுற உடுத்தி
எந்தவொரு மகா சபையிலும்
முன்னே கூட்டிச் செல்லக் கூடிய விதமாக
பித்தளை போல மின்னும்
மனைவியொருத்தி இருக்கிறாள் எனக்கு
சீதனத்துடன்
அம்மா தேடித் தந்த...

தமிழில் : எம்.ரிஷான் ஷெரீப்

வீடொன்றைக் கட்டவென
ஏழெட்டு இடங்களில் வாங்கிய கடன்களை
சாகும்வரை அடைக்க வேண்டியிருப்பினும்
பெரிதாக இல்லாவிடினும்
இருக்கிறது எனக்கே எனக்கென
அசிங்கமற்ற சிறு வீடொன்று
தன்பாட்டில் விழுந்து கிடக்க...

வலிக்காமல்
ஊசி முனைகள் மீது
நடந்து செல்லும் விதத்தை இப்போது
நன்கறிவேன் நான்

எனவே நான் சந்தோஷமாக...
சிறு சிறு நகைச்சுவைகளுக்கும்
மிகச் சத்தமாகச் சிரிக்கிறேன் நான்...
வேறென்ன வேண்டும் ஒரு மனிதனுக்கு
நான் மிகச் சந்தோஷமாக...

நேசம்

கடவுளே, உன்னைப் போன்றதுதான்
அவர்கள் உரைக்கும் நேசம்
பொறுமையானதும் தென்படாததும்
எம்மைப் போன்ற சிறு மானிடரால்
சுமக்க முடியாதளவிலான
பாரமானதும் நவீனமானதும்

கடவுளே, மிகப் பொருத்தமாக உன்னைப் போன்றதேதான்
அவர்கள் உரைக்கும் நேசம்
இருப்பதாகச் சொல்வர்
எனினும் கண்டவரில்லை

எம்மைப் போல உண்ணும், குடிக்கும்,
அழும், சிரிக்கும்,
சிறு மானிடர் உணராத அளவில்
உன்னைப் போலவே ஆழமானது,
அவர்கள் உரைக்கும் நேசம்

எனவே நாம் உண்டும், குடித்தும்,
அழுதும், சிரித்தும்,
இன்பம் அனுபவித்தபடியும் இருக்கிறோம்
அவர்கள் உரைக்கும் நேசத்தை
காணாததாலும், உணராததாலும்

தமிழில் : எம்.ரிஷான் ஷெரீப்

பட்சிகளின் பாடல்

சிந்திக்காதே
இப் பூமியிலிருப்பவை
காகங்கள் மட்டுமே

அடிமைப்பட்டுக் கிடப்பினும்
இன்னும் பாடுகின்றன
பலவிதமான பட்சிகள்
தம் சிறிய நெஞ்சுகளுக்குள்
நோவு தரும் கீதங்களை

ஊமையாயிருப்பதாகத்
தென்படும் பட்சியும் கூட
யாருக்கும் கேளாதென்பதை
நன்றாகத் தெரிந்து கொண்டே
பாடுகிறது தன்னுள்ளே
பூமியை வருந்தச் செய்யும்
வானத்தை அதிரச் செய்யும்
தனது பாடலை

பாற்சிப்பிகள்

சேகரிக்க வேண்டாம், கரையில் மின்னும்
மென்மையான பாற்சிப்பிகளை
உப்புச் சுவை மா கடலுக்கே அவை சொந்தமானவை
ஏன் தண்ணீரில் இறங்குவதில்லை
அச்சமா???

எண்ணிலடங்கா ரகசியங்கள் இல்லை கடலிடம்
இருப்பது ஒற்றைச் சிறு ரகசியமே...
எல்லையில் வானும் கடலும்
இணையாதென்பது குறித்து நன்கறிந்தும்
ஏன் பொய்யான கனவுக் கவிதைகள்
கரையிலிருந்து கொண்டு கடல் குறித்து?

சேகரிக்க வேண்டாம் இப் பாற்சிப்பிகளை
கடலுக்குள் இறங்காமல்
கரையில் சுகமாக இருந்துகொண்டு...

தமிழில் : எம்.ரிஷான் ஷெரீப்

பேசி வைத்திருக்கும் மணப்பெண்ணுக்கு...

ஆமாம்...

நான் உன்னைக் காதலிக்கக் கூடும்
நாளுக்கு இரண்டு முறை பல் துலக்குவதைப் போல
உணவுண்ண முன்பு கைகளைக் கழுவுவதைப் போல
ஒருவர் புன்னகைக்கையில்
பதிலுக்குப் புன்னகைப்பதைப் போல

ஆமாம், நிச்சயமாகவே நாம்
அன்பினால் பிணைந்த
சோடிகளாகக் கூடும்
ஆமாம் அன்பினால் பிணைந்த...

எனினும்,
தொட்டால்சிணுங்கி முள்ளைப் போல
சிறியதாய் ஏதோவொன்று
உராய்ந்தபடியும் குத்தியபடியும்
என்னுள்ளே இருக்கும்
நிரந்தரமாகவே

என் தாய்

'படிக்கட்டின் அருகமர்ந்து வழி பார்த்திருப்பவள்,
செடியேதுமற்ற பயிர்ச் சேனையில் அகால மழை பொழிகையில்
அரவணைத்து மகனைக் காப்பவள்,
பிஞ்சு சர்க்கரைவள்ளிக் கிழங்கவித்து
உப்பு நீர் தெளித்து ஊட்டுபவள்,
குங்கிலிய மலைக்குச் சென்று
பயிற்சிக் கொப்பிகளைக் கொண்டு வந்து கொடுப்பவள்'
இவளல்ல எனது தாய்

நினைவிருக்கிறது
*தொட்டலங்க வீதிகளின் சேற்று வடிகால்களைக் கடந்து
தூறல் மழையில் நனைந்தபடி
வானவில்லைக் காட்டிக் காட்டி
சிறு பிள்ளையெனது கரம் பற்றி
நீங்கள் நடந்து சென்ற விதம்

தந்தையைத் தேடி
*பூஸாவுக்குச் சென்ற தினங்களில்

வழி நெடுகவும் பேருந்துக்குள் வைத்துச் சொல்லித் தந்தீர்கள்
ஓநாய் போன்ற கொள்ளைக்காரனைத் தோற்கடித்த
சிவப்புச் சட்டைக்காரியைப் பற்றி

சிறுவனான என்னை ஆற்று நீரிலெறிந்து
'இனி நீந்தி வா' எனச் சொல்லி
நான் மூழ்குகையில் கைப்பிடித்து இழுத்தெடுத்து
பலத்த ஓசையுடன் சிரித்து
மறுநாள் திரும்பவும் நீங்கள்
ஆற்று நீரில் என்னை எறிந்தீர்கள்

யாரிடமோ அடிவாங்கி உதடு கிழிந்து வீங்கி
நான் வீட்டுக்கு வந்த முன்பொரு நாளில்
உங்கள் அரவணைப்புக்குள் எடுக்காது
எனக்கு தனித்து அழ இடமளித்து
எதுவுமே நடவாதது போல நீங்கள்
*ஜோதியின் பாடலை ரசித்தீர்கள்

பாவாடைக்கு ரிப்பன் தைத்தபடி
மகளிர்க்கான பத்திரிகைகளில் மலர் அலங்காரங்களைத்
தேடுபவள்
கூந்தலில் நரைத்திருக்கும் தலைமயிர்களைக் கறுப்பாக்குபவள்
ஒருபோதுமே சேலை அணிந்திராத
நீங்கள்தான் எனது தாய்

மறந்துபோன *எஞ்சியின் பாடலொன்றின்
இசையை மட்டும் இன்னும் முணுமுணுப்பவள்

மூக்குக் கண்ணாடியூடாகப் பார்த்து மெதுமெதுவாக
ரிப்பன் அலங்காரங்களைத் தைப்பவள்
சந்தைக்குச் சென்று பேரம் பேசுபவள்
மாலைத் தேனீருக்கு சிற்றுண்டி தயாரிப்பவள்
பூச்செடிகள் வளர்ப்பவள்
ஞாயிறு பத்திரிகைகள் வாசிப்பவள்
நீங்கள்தான் எனது தாய்
பிறகும்
நானெழுதும் கவிதைகளைப் படிக்காதவள்
தூர இருந்து புன்னகைப்பவள்

- தொட்டலங்க - இலங்கையின் ஒரு பிரதேசம்
- பூஸா - இலங்கையில் சந்தேகத்தின் பேரில் கைது செய்யப்படுபவர்களின் சிறைச்சாலை அமைந்திருக்கும் இடம்
- ஜோதி, எஞ்சி - மறைந்த பிரபல சிங்கள பின்னணிப் பாடகர்கள்

விளக்கு

வரிசையில் வைத்து எண்ணெய் ஊற்றி
திரியை அமிழ்த்தி
ஏற்றுகிறார்கள் அவர்கள்
ஒவ்வொரு விளக்காக
மெதுவாகவும் பக்தியோடும்

காற்றடித்ததும் தீபம்
மரித்துவிடுமென்ற பயத்தில்
யுவதியொருத்தி பொன்நிறக் கைகளால்
காற்றினைத் தடுக்கிறாள்

அசையும் தீப ஒளியில் விரிகின்றன
பக்தியும் துயரமும் தோய்ந்த முகங்கள்

பகலின் சூரிய வெளிச்சத்தை விடவும்
மனிதர்கள் குறித்து நிலவொளி நன்கறியும்
அதை விடவும் நன்றாக மனிதர்களை அறிந்தவை
மண் விளக்கு தீப ஒளிகள்

விளக்கேற்றுவதன்
அர்த்தமென்னவென வினவுகிறான்
என்னுடன் வந்த வெளிநாட்டு நண்பன்

நீ காணும் அர்த்தத்தை விடவும்
வேறேதும் அர்த்தங்களில்லை
எனது நண்ப !

தமிழில் : எம்.ரிஷான் ஷெரீப்

ஜப்பான் பேனா நண்பி

முன்னர் அவள் அனுப்பியவை
நீண்ட கடிதங்களுடன்
காய வைக்கப்பட்ட செர்ரி மொட்டுக்களும்
செக்கச் சிவந்த மேப்பிள் இலைகளும்

புகைப்படங்களில்
பனி நிறைந்த சோலைகளில்
ரோஸா நிறத்தில் மலர்ந்திருந்தாள்

அனைத்து மடல்களிலும்
ஆங்கில வகுப்பினைக் குறித்தும்
குளிர்தினங்களில்
நீச்சலை விரும்பாத குளத்தின்
தங்க மீன்களைப் பற்றியுமே
எழுதியிருந்தாள்

காலம் செல்லச் செல்ல தற்பொழுது
என்றாவது வருகிறது கடிதம்

அதே இடம்தான் இது
பெரிய கட்டிடத்தின் அடியில்
வீட்டுக் குருவிப் பார்வையோடு
அவளிருக்கும் இப் புகைப்படம்
இப்பொழுதுதான் வந்தது எனக்கு

'நித்திரையேயில்லை இரவில்
புகைபிடிப்பதை நிறுத்த முடியவில்லை
என்ன செய்ய வேண்டும்?'
புகைப்படத்தின் பின்னால்
அவளது உடைந்த கையெழுத்து

தமிழில் : எம்.ரிஷான் ஷெரீப்

வெளிச்சம்

அந்தகாரத்தில் எனக்கு வழி காட்டிய
அச் சிறிய தங்க நிற ஒளிப் புள்ளி
வெளியே தென்படாதது
எங்கு, எப்பகுதியலது
தேடினாலும் தென்படாதது

அலங்காரங்களற்ற விழிகளில்
இருளை விடவும் அனேகமானவை
வெளிச்சத்தில் மறைந்துபோகும்
தென்படாமலேயே

அம்மாவின் நடிகைத் தோழி

அம்மா சொல்வாள்
அந் நடிகையின் நடிப்பைப்
பார்க்க நேரும் போதெல்லாம்

'பள்ளிக்கூடக் காலத்தில்
உயிர்த் தோழிகள் நாம்
அமர்ந்திருந்தோம்
ஒரே வகுப்பில், ஒரே பலகை வாங்கில்
அந் நாட்களிலென்றால் அவள்
இந்தளவு அழகில்லை'

பிறகு அம்மா பார்ப்பது
தனது கைகளை
உடைந்த நகங்களை
காய்கறிகள் நறுக்குகையில்
வெட்டுப்பட்ட பெருவிரலை

அத்தோடு அவள் எங்களைப் பார்ப்பாள்
எனது முகத்தை, தம்பியின் முகத்தை
கண்களைச் சிறிதாக்கிப் புன்னகைப்பாள்
அவளது வதனத்தின் சுருக்கங்களையும் மெலிதாக்கி

தமிழில் : எம்.ரிஷான் ஷெரீப்

சஜீவனி கஸ்தூரி ஆரச்சி

90' - அப்படியுமொரு காலம் இருந்தது

அப்படியும் காலமொன்றிருந்தது

அக்காலத்தில் நாம்
இருபது வயது யுவதிகள்
எமது குழுவில் இருந்தனர்
அவ்வயதையொத்த இளைஞர்களும்

அப்படியும் காலமொன்றிருந்தது

கவிதை நாடகம் பாடல் கூத்து
விவாதம் திரைப்படப் பிரதிகள் என
தேடித் தேடி அலைந்து திரிந்த
எண்ணற்ற அந்திப் பொழுதுகள்

அப்படியும் காலமொன்றிருந்தது

தெய்வத்துக்கு நிகராக
உள்ளத்தினுள் வீற்றிருந்த பிம்பங்களைக் காத்திட

தமிழில் : எம்.ரிஷான் ஷெரீப்

உணவின்றி
உறக்கமின்றி
தேனீர்தானுமின்றி
பொழுதுகள் பலவும் வாதம்புரிந்த

அப்படியும் காலமொன்றிருந்தது

எதிர்பார்ப்புகள் கனத்த
புத்திளம் இதயங்களில்
சோகத்தின்
பயத்தின்
சந்தேகத்தின்
நிழலொன்றேனும் வீழ்ந்திடாத

என்னவானாலும்
மீளச் சென்று வர இயலுமானால்
எவ்வளவோ நல்லதென எண்ணக் கூடிய

அப்படியும் காலமொன்றிருந்தது

அறுபதாம் தோட்டத்து மரண ஊர்வலம்

கரங்களைக் கோர்த்து இரு வரிசையில்
முகத்துக்கு முகம் பார்த்தபடி
ஏழெட்டு வீடுகளையேனும் ஒழுங்காகக்
கட்டிட முடியாத நிலமொன்றில்
நெருங்கியடித்துத் தம்மை நுழைத்துக் கொண்ட
அறுபது வீடுகள்

அவற்றின் மத்தியால் செல்லும்
முச்சக்கர வண்டியொன்றேனும் பயணித்திட முடியாத
குறுகிய ஒழுங்கையின் இருமருங்கிலும்
இரண்டு வரிசைகளில் போடப்பட்டுள்ளன
ப்ளாஸ்டிக் கதிரைகள்

ஒரே விதமாகத் திறந்தே கிடக்கின்றன
எல்லா வீடுகளின் யன்னல்களும் கதவுகளும்

வருபவர்கள் எல்லோரும்
அமர்ந்திருக்கின்றனர் எல்லா வீட்டு முற்றங்களிலும்

தமிழில் : எம்.ரிஷான் ஷெரீப்

அறுபதாம் தோட்டத்தில் வசித்த மூத்த குடியவள்
எவர்க்குப் பசியெனினும் உண்ண உணவு கொடுத்து
எல்லோரது துயரத்துக்கும் ஒன்றுபோலவே செவிமடுத்தவள்
முழு அறுபதாம் தோட்டத்துக்கும்
அம்மா அவள்
பாட்டியவள்

எண்பத்தைந்து வருடங்களாக
துயரத்தை மட்டுமே அனுபவித்திருந்த போதும்
விழிகளிலிருந்து ஒரு துளிக் கண்ணீரை வழியவிடாது
எந்த நோய் நொடியும் தீண்டிடாது
ஒரு மலை, ஒரு பெருவிருட்சம் போன்றிருந்த
'ரத்து மார்கரெட் நோனா'
வீட்டுக்குள்ளே வந்துபோகும்
எவர் குறித்தும் அக்கறையற்று
சிறிய வரவேற்பறையின் மத்தியில்
மாமரப் பலகையால் செய்த பெட்டியில்
உறங்குகிறாள் தன் பாட்டில் சுதந்திரமாக

ஓரிடத்திலிருந்து
வெண்ணெய் தடவிய பாண்துண்டுகளைக் கொண்டு வருகையில்
மற்றோர் இடத்திலிருந்து கொண்டுவருவர்
தேனீரையும் பிஸ்கட்டையும்

ஒரே வீடு ஒரே குடும்பமென
எல்லா விழிகளிலும் கண்ணீரேந்தி
ஒன்றாக எல்லோருமே விழித்திருப்பார்கள்
இன்று அறுபதாம் தோட்டத்தில்

ஆசிரியைக்கு எழுதுகிறேன்

திடீரெனச் சந்தித்த நாளதில்
எனதிரு ஈர விழிகள் பளபளத்திட
எனது தாய் தந்தையின் கரங்களைப் பற்றிப் பிடித்து
நீங்கள் உரைத்தீர்கள்

'நித்தமும் மகளைக் குறித்து
கேள்வியுறும் வேளையிலும் காணும் வேளையிலும்
எண்ணிப் பெருமை கொள்கிறேன்
இவள் நாம் கற்பித்த பிள்ளையன்றோ'

எனக்குள் கவலையெழுகிறது
உங்களைக் குறித்து
நீங்கள் கற்பித்தவர்களைக் குறித்து

ஆசிரியையே
உங்களுக்கிப்பொழுது மறந்துவிட்டதா
புத்தகப்பையைக் கிளறி

தமிழில் : எம்.ரிஷான் ஷெரீப்

பாடப் புத்தகங்களுக்கு மேலதிகமான நூல்களைக் கண்டு
பெற்றோரை வரவழைத்து
'வளரும் விதம் மிகவும் மோசம்' என
வீடெங்கும் தீ வைத்த விதத்தை

அதனால் கொங்க்ரீட் சுவர்களிடையே
பெயர் குறிக்கப்பட்ட சட்டகத்தினுள்
சிறைப்படுவது உரிமையாகிய
சிறுமியொருத்தியின் கன்னங்களினூடே
வழிந்தோடிய கண்ணீர்க் கொடிகளின் வேர்கள்
மறந்துவிட்டதா ஆசிரியையே

ஆசிரியையே
உண்மையாகவே கவலையுறுகிறேன்
உங்களைக் குறித்தும்
நீங்கள் கற்பித்தவர்களைக் குறித்தும்
நீங்கள்,
கடவுளின் வரிகளைப் போல பின்பற்றிய
தரங்குறைந்த பாடப் பத்தகங்களைக் குறித்தும்

ட்ரோஜனின் உரையாடலொன்று

இது என்ன விசித்திரமான தேசம்
கைக் குழந்தைகள் தவிர்த்து
ஆண் வாடையேதுமில்லை
எல்லோருமே பெண்கள்
வயதானவர்கள்
நடுத்தர வயதுடையோர்
யுவதிகள்
எல்லோருமே பெண்கள்

விழிகளில் வியப்பைத் தேக்கிய நண்ப
பாழ்பட்டுச் சிதைந்து வெறுமையான
இவ் விசித்திர நகரில்
எஞ்சியுள்ள
எல்லோருமே விதவைகள்

எமக்கெனவிருந்த கணவர்களைத் தந்தையரைச்
சகோதரரைப் புத்திரர்களை
சீருடை அணிவித்து
வீரப் பெயர்கள் சூட்டி
மரியாதை வேட்டுக்களின் மத்தியில்
புதைத்திட்டோம்
செத்துப்போனவர்களாக

தமிழில் : எம்.ரிஷான் ஷெரீப்

தனித்துப் போன பாதணிகள்

அங்கே கிடந்தன பாதணிகள்
சோடியாக அல்லாமல்
தனித்துப் போய்
வீழ்ந்து கிடந்தன அவை
உரிமையாளர்களெங்கேயென அறியாது
அநாதைகளாக

வெடித்துக் கன்றிப் போன
நரம்புகளில் முடிச்சுக்கள் விழுந்த
பாதங்களோடு

அடி தேயும்வரை பயணித்து
ஆணிகளும் வெளித்தோன்றி
இன்னும்
உருகிய தாரும் புழுதியும் சேறும்
பல அங்குல உயரத்திற்குப் படிந்து போன
பாதணிகள்

அவை மட்டுமல்ல
கவனமாகச் சுத்தம் செய்து
வெள்ளையும் பூசிய
இடைக்கிடை கிழிந்திருக்கும்
பள்ளிக்கூட கேன்வஸ் பாதணிகளும் கூட
அவ்விடத்தில் கிடந்தன

அவற்றினிடையே இருந்தன
பிஞ்சுப் பாதங்களால் அடியெடுத்து வைக்கையில்
கீச்சுக் கீச்சென ஓசையெழுப்பும்
குழந்தைப் பாதணிகளும்

அவை மௌனமாக வீழ்ந்து கிடந்தன
வெடித்துச் சிதைந்த பேரூந்தினுள்ளே
சிதறிப்போன கண்ணாடிச் சில்லுகளுக்கு மத்தியில்
கண்ணீரையும் குருதியையும் மேனியெங்கும் பூசியவாறு
ஓசையின்றி
தாங்கள் எண்ணியிராத பொழுதொன்றில்
இடைவழியில்
பயணம் முடிவடைந்து போனதை
நினைத்துப் பார்க்கக் கூட இயலாமல்

பத்திரிகையிலிருந்து வந்திருக்கும் ஐயாக்களோடு

நானா?

ஆமாம்
இப்பொழுது
கிராமத்துப் பள்ளிக்கூட
பத்தாம் வகுப்புக்குத்தான் போகிறேன்

ஆம்
எழுத்துக்களையும் வாசிக்க முடியும்
பாண், தேயிலை, சீனி சுற்றித் தரும்
தினசரிப் பத்திரிகைத் துண்டுகளை வாசித்தே
நாட்டுநடப்புகளும்
கொஞ்சமேனும் புரிகிறது
உபகாரப் பணம்பெறும் படிவங்கள்,
கிராமசேவகர் பத்திரங்களெல்லாம்
பூரணப்படுத்துவது நான்தான்

ஆங்கிலம்....?

இல்லை ஐயா,
இங்கு ஆசிரியர்கள் இல்லையே
முழுப் பள்ளிக் கூடத்துக்குமே
இருவர்தான் இருக்கிறார்கள்
அரச தேர்வோ?
ஐயோ அது மிகக் கடினமாம்
ஆசிரியர்கள் இல்லையே

கற்பிக்கவில்லை எங்களுக்கு
விஞ்ஞானம்
கணிதம்
அத்தோடு மொழியையேனும்

சமயமா?

சமயப் பள்ளிக்கூடத்தில் சொல்லித் தந்திருப்பவை
மட்டுமே தெரியும்

நன்றாகப் படிக்க வேண்டுமா?

ஐயோ இல்லை ஐயா...

வீண் கனவுகளெதற்கு?
எழுதுவினைஞர், ஆசிரியர்
பதவிகளை வகிக்க

தமிழில் : எம்.ரிஷான் ஷெரீப்

நினைத்துப் பார்க்கவும் முடியாது எம்மால்
ஆறு பாடமாவது சித்தியடையாமல்
குறைந்தது
அட்டெண்டண்ட் வேலையாவது எடுக்கமுடியாது

இந்தக் கொஞ்ச காலத்தையும்
இப்படியே கடத்திக் கொண்டு போய்
ஆடைத் தொழிற்சாலைக்காவது போக வேண்டும்
அங்கிருந்தென்றால் வெளிநாடுகளுக்கும்
அனுப்புகிறார்களாம்
அப்படியாவது போக முடியுமென்றால்
கொஞ்சமாவது
தலையைத் தூக்கிக் கொள்ள இயலுமாகும்

வீண் கனவுகளெதற்கு?

இந்தக் கொஞ்ச காலத்தையும்
இப்படியே கடத்திக் கொண்டு போய்
ஆடைத் தொழிற்சாலைக்காவது போகவேண்டும்

பேரரசன் பார்த்திருக்கிறான்

முன்போர் நாளில்
தீப்பற்றி எரிந்ததாம் நகரொன்று
யாரோ பெண்ணொருத்தி
நிலத்தில் ஓங்கியடித்த சிலம்பொன்றினால்

அரசனின் குற்றமொன்று
தவறொன்று
வஞ்சகமொன்று
காரணம் எதுவாயினும்
எரிந்ததாம் முழு நகரமும்

பேரரசன்
பார்த்திருக்கிறான்

அதோ... அதோ
குற்றம்
தவறு
அத்தோடு

தமிழில் : எம்.ரிஷான் ஷெரீப்

தவறிழைத்தல்
எல்லா இடங்களிலும்

கவனமாயிருங்கள் கவனமாயிருங்கள்

யாரேனும்
இனித் தாங்கவே முடியாத கட்டத்தில்
திரும்பவும்
நிலத்திலடிக்கக் கூடும் சிலம்பொன்றினை

விவாகரத்தின் பின்னர்

உயர்ந்திருக்கும் அம் மலையின் உச்சி மீது
வெற்றுப் பார்வையுடன் ஒரு பெண்
அவளது இரு புறமும்
சிறு குழந்தைகளிரண்டு

கீழே
முட்புதர்கள், கற்சிதறல்கள்,
நாகம், விரியன், மலைப்பாம்புகள் நிறைந்திருக்கும்
பாதாளம்
அகன்ற வாயைத் திறந்துகொண்டு

அவளது தலைக்கு மேலே
இரவின் கனத்த இருட்டு
ஊளையிடும்
மழையும் கோடை இடியும்
வெற்றியுடன் ஒன்றிணைந்து

தமிழில் : எம்.ரிஷான் ஷெரீப்

ஏற்றி விட்டவர் எவரோ
இவளை
இந்த மா மலை மீது

மெதுவாகக் காலடியெடுத்து வைத்தபடி
கீழ் விழிகளால் இருபுறமும் பார்த்தபடி
அவளைக் கைவிட்டு அவர்களெல்லோரும் சென்றுவிட்டாலும்

கீழே மரக் கிளையொன்றில்
மறையக் காத்திருக்கும் சூரிய ஒளியில்
பிசாசொன்றைப் போல காற்றுக்கு அசையும்
இற்றுப் போன புடைவைத் துண்டொன்று

சீராக முட்புதர்களை வெட்டியகற்றி
பாதையொன்றை அமைத்தபடி
இந்தக் கொடுமையிலிருந்து தப்பித்து
நாளைக் காலையில்
அவள் வருவாளா ஊரொன்றுக்கு

நாளைய சூரியன் உதிக்கும் வேளை
இருக்குமோ
அவளது ஆடையும்
மரத்தின் கிளையொன்றில் சிக்கியபடி

ரொஷான் தேல பண்டார

தமிழில் : எம்.ரிஷான் ஷெரீப்

கண்ணீர்ப் பனித்துளி நான்

மயிர் கூச்செரியும் கடுங்குளிரில்
நிலவுமறியாது
பனிக்கட்டிகளுக்குள் மறைந்திருக்கும்
கண்ணீர்ப் பனித்துளி நான்

ஆயிரக்கணக்கில் தாரகைகள் பூக்கும்
ஆகாயம் அனுப்பும் ஒளிக்கீற்று மேல் காதலுற்று
சூரியனுக்கே காதல் கடிதங்களை வரையும்
கண்ணீர்ப் பனித்துளி நான்

நாளை உதிக்கவிருக்கும் விடிகாலையில்
உனது வெளிச்சத்தை முத்தமிட்டு
அந்த உஷ்ணத்திலேயே உருகிக் கரைந்துவிடும்
கண்ணீர்ப் பனித்துளி நான்

நதியும் நானும்

பார்வையின் எல்லைக்குள் எங்கும் மழையேயில்லை
எரியும் மனதை ஆன்மீகத்தால் குளிர்விக்க
ப்ரிய நேசத்தால் நிறைந்த இன்னுமொரு மழை
அவசியமெனக் கருதுகிறேன் நான்

சற்று நீண்டது பகல் இன்னும்
மேற்கு வாயிலால் உள்ளே எட்டிப் பார்க்கும் பாவங்களை
அதற்கேற்ப கரைத்து அனுப்பிவிடத் தோன்றுகிறது

வாழ்நாள் முழுவதற்குமாக சுமந்து வந்த அழுக்குகள் அநேகம்
வந்த தூரமும் அதிகம்
எல்லையற்றது மிதந்து அசையும் திசை
இன்னும் நிச்சலனத்திலிருக்கிறது நதி

எனினும்
கணத்துக்குக் கணம் மாறியபடியும்
ஆழத்தில் அதிர்ந்தபடியும் கிடக்கிறோம்
நதியும் நானும்

தமிழில் : எம்.ரிஷான் ஷெரீப்

ரேவதி

பனந்தோப்பு மறைவில்
வரண்ட கண்ணீர்த் துளியொன்றை முத்தமிட
தடைச் சுவர்களை உடைத்துக் கொண்டு
வர இயலுமெனில்...

தைப்பொங்கல் பௌர்ணமியன்று
தலை நிறையப் பூச் சூடி
பொட்டிட்டு நிற்கும் நிலவினை முத்தமிட
வர இயலுமெனில்...

மேகப் பொதிகளுக்குள் நிலா மறைகையில்
காதல் கவிதைகளியற்ற
பனை மர நிழலின் கீழ்
வர இயலுமெனில்...

உனது கரம் பற்றி
தொலைவிலிருக்கும் எனது கிராமத்துக்கு
மஞ்சள் கோட்டைத் தாண்டி ஓடிச் செல்ல
எனக்குத் தடை ஏன்?

கறுப்பு நீர்த் தடாகம்

கறுப்பு நீர்த் தடாகத்தினருகே ஓர் அந்திவேளை
இருண்ட மேகங்கள் வந்து மெதுவாகத் தரித்து நிற்கும்
மயான அமைதியை இன்னுமின்னும் அதிகரித்தபடி
அல்லிப் பூக்களின் இதழ்கள் ஒவ்வொன்றாக உதிரும்

இதயம் நொறுங்குமளவிற்கு அரளி மரத்தின்
வெள்ளைப் பூக்கள் வாடிச் சருகாகி காற்றில் மிதக்கும்
வீட்டு முற்றத்தின் எல்லைக்கு தனிமை வந்து
உஷ்ண நீர்த் துளிகளை எனதிரு விழிகளிலும் சுரக்க வைக்கும்

முன்பொருநாள் நாம் வருகை தந்தபோது புன்னகைத்த
காவற்கல் கூட இன்று முகம் திருப்பிக் கொள்கிறது எனில்
எமது காதல் வரலாற்றை இந் நிலமறியக் கூடும்
அந்தளவு மயானத் தனிமை அதையும் ஆளக் கூடும்

தமிழில் : எம்.ரிஷான் ஷெரீப்

அஜித் சி. ஹேரத்

சித்திரவதைக் கூடத்திலிருந்து

அடுத்த கணம் நோக்கி
எதிர்பார்ப்புக்களேதுமற்று பார்த்திருப்பதைத் தவிர
முதலாமவனாகவோ இறுதியானவனாகவோ
ஆவதற்கு நான் பிரார்த்தித்திருக்கவில்லை

எவ்வளவுதான் சிரம் தாழ்த்தி அமர்ந்திருந்தபோதிலும்
அவர்களது அன்பற்ற குட்டுக்களிலிருந்து
தப்பிக்கொள்ள முடியவில்லை
சித்திரவதைக் கூடத்தில் கழித்த முதல் மணித்தியாலத்திலேயே
எண்ணங்கள் காணாமல் போயின

துயர்தோய்ந்த இறந்த கால நினைவுகள்
உடல்சதையைச் சுழற்றும் மோசமான வேதனைகள்
மரண ஓலங்கள்
அசாதாரண உருவங்களோடு மனங்கவர் வர்ணங்கள்
பயங்கரக் கனவுகளிடையே உணர்வுகளைத் தூண்டுகின்றன

பயங்கரத்தைத் தவிர
இங்கிருப்பது
மனிதத்தன்மையில் கையேதுமற்ற நிலை

தமிழில் : எம்.ரிஷான் ஷெரீப்

சித்திரவதைக் கூடத்தில் சந்திக்கக் கிடைக்கும்
ஒரே அன்பான தோழன்
மரணம் மாத்திரமே
அவனும்
எமது வேண்டுகோளை உதாசீனப்படுத்துகிறான்

நேற்றிரவு கொண்டு வரப்பட்ட யுவதியின்
குரல் படிப்படியாகத் தேய்ந்தழிகிறது

சேவல் கூவ முன்பு
மூன்றாவது முறையாகவும்
எவரையும் தெரியாதெனச் சொன்ன சகோதரி
காட்டிக் கொடுப்பதற்குப் பதிலாக
அச்சம் தரும் மரணத்தையும்
கெஞ்சுதலுக்குப் பதிலாக
சாபமிடுவதையும் தேர்ந்தெடுத்த சகோதரி
எனதிரு கண்களையும் கட்டியிருக்கும் துணித் துண்டு ஈர்த்தெடுத்த
இறுதிக் கண்ணீர்த் துளிகளை
சமர்ப்பித்தது உன்னிடமே

உற்சாகமூட்டும் கொடுப்பனவாக
பகலுணவிற்கு மேலதிகமாகக் கிடைத்த யோகட் கோப்பையின்
அடிவரையில் நக்கிச் சுவைத்த படைவீரன்
அதை எறிந்து மிதிக்கிறான்
அடுத்தது யார்

இங்கு வாழ்க்கை இதுதான்
இங்கு மரணம் எது?

முகமொன்றற்ற பிணமொன்று மற்றும்
தலைப்பொன்ற செய்தியொன்று மட்டும்

பட்டியலிடப்படாத வாழ்க்கை
பட்டியலிடப்படாத மரணத்தோடு
வந்து சேர்கிறது

பைத்தியக் கனவுகளோடு
நான் எத்தனை தடவை இங்கிருந்து தப்பித்துப் போயிருக்கிறேன்
எனினும் நான் இங்கேயேதான்
இந்தத் தெளிவு கூட
நிச்சயமாகப் பயங்கரமானது

இங்கு படுகொலை செய்யப்பட்ட
அனேகருக்கு
மனித முகமொன்று இருந்தது
எனது இறுதி சாட்சியாக
எனக்குச் சொல்ல இருப்பது அது மட்டுமே
சிவரமணிக்கு...

உன்னிடமொன்றைச் சொல்லும் தேவை
எனக்கிருக்கிறது
எனினும் நான் வாய் திறக்கும்வரை
பார்த்திருந்த அவர்கள்
எனது நாவைச் சிதைத்தனர்
உன்னைப் பார்க்கவென
நான் விழிகளைத் திறக்கையில் அவர்கள்
அவற்றைப் பிடுங்கி எறிந்தனர்

தமிழில் : எம்.ரிஷான் ஷெரீப்

அச்சமானது தாய்த் தேசத்தைச் சூழ்கையில்
உனை நான் இதயத்தில் உருவகித்தபடி
போய்க் கொண்டிருந்தேன்
எனைப் பிடித்துக் கொண்ட அவர்கள்
இதயத்தைத் துண்டம் துண்டமாகச் சிதைத்து
உனை என்னிடமிருந்து பறித்துக் கொண்டனர்

அந்தகாரத்துக்குள் பிறந்த நான்
அந்தகாரத்துக்குள் பிறந்த நீ
ஒருவரையொருவர் அறிந்துகொள்வோமென்று ஐயமுற்ற அவர்கள்
இறுதித் தாரகையையும் தூள்தூளாக்கினர்
நிரந்தரமான இருளுக்குள்ளேயே
எங்களைப் பிரித்துக் கொன்றுபோட்டனர்

இப்பொழுது பிணங்கள்
கரையொதுங்குகையில்
நீயும் நானும்
தற்கொலை செய்துகொண்டதாக அறிவிப்பார்கள்

நீ வடக்கிலும், நான் தெற்கிலும்
இன்னும் நிரப்பப்படாத
பொதுக் கல்லறைகள் இரண்டினுள்ளே
வெவ்வேறாக படுத்திருப்போம்

இக் குளிர்ந்த நிலக் கருவறைக்குள்ளே இடைவெளியானது
பிணங்களாலும் இருளினாலும் நிறைந்திருக்கிறது

சிவரமணி, அன்பிற்குரிய சகோதரி
வடக்கிலும் தெற்கிலும்
புதைக்கப்பட்ட அனேகரோடும்
இன்னும் நிறைய நாட்கள்
இங்கு நாங்கள் அமைதியாகச் சாய்ந்திருப்போம்

சகோதர விழிகளிலிருந்து உதிரும்
உஷ்ணக் கண்ணீர்த் துளியொன்று வந்து
எமது குளிர்ந்த நெற்றியை மெதுவாக முத்தமிட்டு
இம் மரணத்தின் தொடர்ச்சி
இத்தோடு முடிந்துவிட்டதென உத்தரவாதமளித்து
எம்மை மீண்டும்
வாழ்க்கையை நோக்கி அழைக்கும்வரை
நாமிங்கு அமைதியாகச் சாய்ந்திருப்போம்

ஏனெனில் மரணத்துக்கு முன்னர்
நீ இவ்வாறு எழுதியிருக்கிறாய்

'ஆனால்
நான் வாழ்ந்தேன்
வாழ்நாளெல்லாம் நானாக
இருள் நிறைந்த
பயங்கரங்களின் ஊடாக
நான் வாழ்ந்தேன்
இன்னும் வாழ்கிறேன்.'

தமிழில் : எம்.ரிஷான் ஷெரீப்

விடிகாலை புகையிரதம்

தூங்கும் நகரத்தின் எல்லையையும் தாண்டி
நடந்து செல்கிறேன்
இறுதித் தெருவிளக்கின் ஒளி கூடத்
தேய்ந்து செல்கிறது

தார் வீதி நெடுக விழுந்து கிடக்கும்
எனது நீண்ட நிழலின் சிரசு
நீ வசிக்கும் ஊரின்
இருண்ட காய்கறிப் பாத்திக்குள் ஒளிந்திருக்கக் கூடும்

நான் வரப் போவதாக
உனக்கு அறிவித்திருக்கவில்லையெனினும்
உனது குடிசையில் விளக்கு எரியும்வரை
பழகிய இரு வேலிகளுக்கிடையே
காத்துக் கொண்டிருக்கிறேன்

முன்பு போல
உனதுருவம் யன்னலிலிருந்து வெளிப்பட்டு
இரகசியமாக ஓசையெழுப்பி

என்னை உன்னருகில் அழைத்துக் கொள்ள
இவ்வளவு தாமதமேனோ?

நீ யன்னலைத் திறக்கவில்லை
அருகிலிருக்கும் வெண்ணாற்றின் கரையில்
மூங்கில் பற்றைகள் அசையுமொலி மாத்திரமே

இறுதியில் நான்
உனது குரலை அடையாளம் கண்டுகொண்டேன்
நீ இனிய குரலில்
தாலாட்டுப் பாடலொன்றைப் பாடினாய்

நான் திரும்பிச் செல்லவேண்டியிருக்கிறது
அதற்கு முன்பு
உனக்குத் தருவதற்காகக் கொண்டு வந்த
*இஸுருமுனிய காதலர் சிற்பத்தை
ஜன்னலருகே வைத்துச் செல்கிறேன்
கடந்த நான்கு வருடங்களாக
ஒரு சவர்க்காரக் குற்றியில்
நான் செதுக்கியது அது

இரயில் நிலையத்தின் இருட்டு மூலைகள்
யாசகர்களாலும்
மங்கிய மின்விளக்கொளிகள்
வெளிறிய கதிர்களாலும்
நிரம்பிப் போயிருக்கின்றன

விடிகாலை இரயில் வர இன்னும்
ஒரு மணித்தியாலம் மீதமிருக்கிறது
அதுவரையில் நான்
இந்த வாங்கின் மீது சாய்ந்து
உறங்கலாம்

* இசுருமுனிய - இலங்கையின் அனுராதபுரம் நகரில், கி.பி. 6 ஆம் நூற்றாண்டைச் சேர்ந்த காதலர் சிற்பம் வைக்கப்பட்டிருக்கும் கோயில் அமைந்திருக்கும் இடம்.

மஹேஷ் முணசிங்ஹ

ஊனமுற்ற இராணுவ வீரனும் புத்தரும்

முதியோர்
காயமுற்றோர் மற்றும் நோயாளிகள்
குழந்தைகள் - வயதுவந்தோர்
பிணக்குவியல்களை
நிறைய நிறையக் கண்ணுற்றேன்

பாவங்களை ஊக்குவிக்கும்
துறவிகளின் உருவங்களைக் கண்டேன்
*பிரித் நூலும் கட்டப்பட்டது

'நாட்டைக் காக்கும்' எனக்கு காவல் கிட்டவென
பிரார்த்தித்த தகவல்களும் கிடைத்தன தாயிடமிருந்து

விழி சதை இரத்தமென தானம் செய்து
உங்களிடம் வந்துள்ளேன்

ஆனாலும் புத்தரே
உங்களது பார்வை மகிமை மிக்கது

கிராமவாசிகளுக்கு மறந்துபோயிருக்கும்
மனைவி குழந்தைகளோடு

நலம் வேண்டிப் பாடும்
சுகப் பிரார்த்தனைப் பாடலிடையே
எனது தலையை ஊடுருவும்
உங்களது பரிச்சயமற்ற புத்தர் விழிகள்

கண்ணெதிரே தோன்றுகின்றனர்
என்னால் கொல்லப்பட்ட மனிதர்கள்
ஆங்காங்கே வீழ்ந்து கிடந்த
அவர்கள் மெலிந்தவர்கள்
துயருற்ற ஏழைகள்
ஒரே நிறம்
ஒரே உருவம்
எல்லோருக்குமே
எனது முகம்

நூறு ஆயிரமென
நான் கொன்றொழித்திருப்பது
என்னையேதானா

பாளிச் செய்யுள்களை இசைக்கின்ற
சிறிய பிக்குகள் பின்னாலிருந்து
நீங்கள் தரும் புன்முறுவல்
தென்படாதிருக்க இரு விழிகளையும் மூடிக்கொள்கிறேன்

கரங்கள் தென்பட்டு விடுமோ என்ற அச்சத்தில்
வணங்குவதற்குக் கூட உயர்த்தாமலிருக்கிறேன்

• பிரித் நூல் - பாதுகாவல் தேடி, புத்தரை வணங்கி, உடலில் கட்டப்படும் நேர்ச்சை நூல்.

இறுதி மணித்தியாலம்

கிலட்டின் தயாராகிறது
இறுதி உணவுபசாரத்துக்கும்
சூழ்ச்சி செய்யாமல் தேர்ந்தெடுங்கள்
தேசியவாதிகளும் விடுதலைவிரும்பிகளும்
எங்கள் துணிச்சல்மிக்கவர்களைக் குறிப்பெடுத்துள்ளனர்

ராசாக்கள் தந்த சுகம்
மாளிகை அந்தப்புரம்
கைவிட்டுப் போகுமென்ற நடுக்கத்தில்
தேசக் காதலர்கள் அழுகிறார்கள்
வெளிப்படையாகவே அவர்கள்
பகல் கொள்ளைக்காரர்கள்
ஊழல்காரர்கள் கொலைகாரர்கள்
சுரண்டிச் சாப்பிடுபவர்கள்

ரோசா நிறத்து விடுதலைவிரும்பிகள்
(சுய இருத்தலுக்கான) உபாயமொன்றை
மீண்டும் தேர்ந்தெடுத்திருக்கிறார்கள்
தேர்ந்தெடுத்த அனைத்தும் தவறானவை

பொருட்டின்றிக் கைவிடப்பட்ட
வலுவோடும் அன்போடும்
வடக்கிலும் தெற்கிலும் பல்லாயிரக் கணக்கில்
துயில்கின்றனர் பெருநிலத்தின் கீழே
தொண்டைகிழிய இரு கைகளுயர்த்திச் சொல்கிறார்கள்
அவர்களது தந்தையினதும் சகோதரனினதும்
அயலவனினதும் கொலைகாரர்கள்
எமது மீட்பர்கள்தானென

கனவுகளைக் காண்பவனும்
கனவுகளைக் கட்டியெழுப்புபவனும்
எம்முடனேயே மரித்துப்போகட்டுமென விதிக்கப்பட்டுள்ளது
இப்பொழுதே
கண்டங்களின் வேட்டைக்காரர்கள்
துணிச்சல்காரர்களை
விலைக்கு வாங்கிவிட்டனர்

தமிழில் : எம்.ரிஷான் ஷெரீப்

ஷஸிகா அமாலி முணசிங்க

அம்மா

இழுத்துச் செல்லப்படுகிறாள் அம்மா
விலங்கிடப்பட்டிருக்கின்றன அவளது கைகள்
இருண்டு பருத்த தொப்பை மனிதர்கள்
அவளை அண்டவிடாமல் காவலிருக்கிறார்கள்

அம்மா
பகல் இரவுகளில் இனிய கதைகள் சொன்னவள்
சோறு கஞ்சி சமைத்து
என் நாவில் ஊட்டியவள்

நிலவு உதித்திருக்கிறது
இரவுத் தங்கத் தட்டின் மீது
இருக்கக் கூடும் நீ ஊட்டும் பால்
பசித்தாலும் கூட நான்
கையேந்த மாட்டேன் அம்மா

வந்துவிடு அம்மா என்னருகே
என் பாற்பற்களால் கடித்துன்
கை விலங்கை உடைக்கட்டுமா அம்மா

- **குறிப்பு - கைவிலங்கிடப்பட்டு சிறைச்சாலைக்குக் கொண்டு செல்லப்படும் அம்மாவுடன் கதைப்பதற்கு இடமளிக்கப்படாத குழந்தை ஒன்று, நீதிமன்ற வளாகத்தில் சத்தமிட்டு அழுததைக் காண நேர்ந்தது.**

இக் கணத்தின் யதார்த்தம்

சேலைத் தலைப்பை இழுத்துக் கீழே தள்ளி விட்டு
பருத்த ஆண்கள் பேருந்தில் ஏறுகையில்
தயக்கத்தோடு படியில் தொற்றிக் கொள்கிறேன்
பேருந்தின் கர்ப்பத்துக்குள்
மெதுமெதுவாகத் தள்ளப்படுகிறேன்

வியர்வையில் தெப்பமாகி
இடைவெளிகளிடையே நகர்த்தப்படுகிறேன்
விழுந்திடாதிருக்க முயற்சிக்கிறேன்
சரிகிறேன் எழுகிறேன்
சூழவும் எதுவும் தென்படாத அதியுச்ச தள்ளுகைகளிடையே
நான் சிந்திக்கிறேன்

'யார் நான்
கவிதாயினியா
மிக அழகிய இளம்பெண்ணா
அவ்வாறும் இல்லையெனில்

உயர் பதவியேதும் வகிப்பவளா
காதலியா தாயா அன்பான மனைவியொருத்தியா
இதில் எது பொய்யானது
தீயாயெரியும் பேருந்தொன்றுக்குள் சிறைப்பட்டு
களைப்போடு துயருறும் விலங்கொன்றுதான் நானன்றி
இக் கணத்தில் வேறெவர்?'

யதார்த்தம் என்பது என்ன
பேருந்திலிருந்து இறங்கி
வீட்டில் காலடி வைக்கும் கணம்
குறித்துக் கனவு காண வேண்டுமா
குளிர்ந்த நீரில் உடல் கழுவி
தேனீரைச் சுவைக்கும் விதம் பற்றி சிந்திக்க வேண்டுமா
எனில் யதார்த்தம் எனப்படுவது இக் கணம்தான்
பெரும் காரிருளில் மூழ்கி
இருப்பின் துயரத்தை அனுபவிக்கும் விலங்கொன்றாக மட்டும்
என்னை நானே சந்திக்கும் இக் கணம்
'நான்' வீழ்ந்துடைந்து அழிந்துபோகும் இக் கணம்

கவிஞனான போதும்
இடரை அனுபவிப்பது இப் பேருந்தினுள்ளேதான்
வைத்தியரோ வேறெவராயினுமொருவரோ
பெண்ணோ ஆணோ
தெள்ளத் தெளிவாகத் துயரனுபவிக்கும்
விலங்கொன்றன்றி வேறெவர்

இது இக் கணத்தின் யதார்த்தம்
இக் கணம் துயரத்திலிருந்து தப்பிக்கச் செய்யும்
கதவைக் காணக் கூடிய கணம்

பேருந்திலிருந்து இறங்கிச் செல்லும் முன்பு
வெளிச்சம் என்னை நெருங்கட்டும்
இவ் வாழ்வைப் பிணைத்திருக்கும் கயிறு தளர்ந்து போகட்டும்

இறுதிக் கிரியை

அறியாதிருந்திருக்கிறேன்
இறுதிக் கிரியைக்கு நீங்கள் வந்திருந்ததை

உடல் பருத்த இப் பலா மரங்களை விட்டுச் செல்ல
நானும் நினைத்திருக்கவில்லை

காணவில்லையா
வீட்டுக்கு அப்புறத்திலுள்ள வயல்வெளியை
தலைசாய்த்திருந்தனவல்லவோ நெற்பயிரெல்லாம்
வெட்டப்பட்டு வீட்டில் அடுக்கப்படப் போகும்
காலமும் நெருங்கியிருந்தது எல்லாவற்றுக்கும்

முந்திக் கொண்டோடிய நீரோடையிது
பொங்கிப் பாய்ந்த தண்ணீர்ப் பிரவாகம்
கட்டுப்பட நேர்ந்தது
அருகிருந்த பெருங் கற்பாறையிடம்

இது அவ்வாறுதான் ஆயிற்று

தமிழில் : எம்.ரிஷான் ஷெரீப்

இனி ஐயா,
எவ்வளவு காலத்திற்குப் பிறகு
உங்களைக் காணக் கிடைத்திருக்கிறது
இப்பொழுதும் கவிதைச் சங்கத்தில்
அதிகமான வேலைப் பளுவா

நாமென்றால் ஊரோடு மாரடித்தோம்
அதெல்லாம் ஒரு காலம்தான் - பிறகு
அல்லற்பட நேரவில்லை
நிறைந்து பூரித்துக் கிடந்தது வாழ்க்கை

எவ்வளவு அழகியது அம் மாலை நேரம்

மழைக் காலநிலையென்ற போதும்
தெளிவானதும் அமைதியானதுமான அந்தி நேரம்
வாசிகசாலை முற்ற சீமெந்து வாங்கின் மீது
நாங்கள் அமர்ந்திருந்தோம்
எவ்வளவு அழகியது அம் மாலை நேரம்
இறந்த காலத்துக்கு மீளச் செல்ல இயலாத

கதைத்துக் கொள்ளாத போதிலும்
இதயங்களில் ஒன்றே உள்ள,
கவிதைகள் எழுதிய போதிலும்
வாழ்க்கையை விற்கச் செல்லாத
நட்புக்கள் இடைக்கிடையே வந்து அமர்ந்துசென்ற
சீமெந்து வாங்கும் கூட ஆறுதலைத் தரும்

காலத்தின் தாளத்திற்கேற்ப
மாற்றங்கள் நேராத போதும்
வெளியே உரைக்க முடியாத் துயரம்
உள்ளத்தில் உறைந்த போதும்
வில்லோ மரக் கிளைகள்
காற்றோடு இணைந்து சரசரக்கும்போது எழும்
எம் புன்னகை கண்டு திறக்கும்
எம் மாயலோக இல்லம்

தமிழில் : எம்.ரிஷான் ஷெரீப்

வழமை போலவே தெருவில் அரசி

தங்கச் சாயம் பூசிய ஆகாயத்தினூடே
தூரத்தே தென்படுகிறது சுவர்க்கம்
ஞாயிறு அந்தியில் நடந்து செல்கிறேன் அரசி
வழமைபோலவே தெருவில்

இடையிடையே பூதங்களின் வடிவெடுத்து வந்துசெல்லும்
மோட்டார் வண்டியன்றி வேறேதுமில்லாதவிடத்து
ஆழ்ந்த தனிமையொன்று வந்து
எனக்கு இணையாக நடந்து செல்லும்
ஆவியொன்றோவென நான் எண்ணும்படியாக

சட சடவென்று மழைத்துளிகள் வீழ்கையில்
சுவனத்திலிருந்து வெளியே வீசப்படுகிறேன்
காற்று நிலத்தில் வீழ்த்தும்
சருகுகளைப் பொறுக்கும் இளைஞனொருவன்
வழிப்பாதையின் ஒரு மூலையில்
அதிர்ச்சியோடு பார்த்தவாறு...

வாழ்வென்பதன் ஒத்த கருத்து

ஜீவிதத்துக்கென இருக்கும்
ஒத்த கருத்துச் சொல் மரணம்
யாரும் உனக்குக் கற்றுக் கொடுக்காத
நீ தனித்துக் கற்றுக்கொள்ள வேண்டிய

முடிவற்றது மரணத்தினூடான வாழ்க்கை
அவ்வாறே வாழ்வினூடான மரணமும்
எனில் இரண்டிற்குமிடையே
ஏது வேறுபாடு
ஒத்த கருத்தன்றி

தமிழில் : எம்.ரிஷான் ஷெரீப்

கசுன் மஹேந்திர ஹீனடிகல

திலீபன்

புன்னகைக்கும் இதயம்
கண்ணீர்த் துளியைப் பற்றிக் கொள்ளும்
அழத் தோன்றும் முகத் தோற்றம்
நேசத்தை யாசிக்கும்
யதார்த்தத்தைக் கனவோடு பிணைத்து
இலக்குகளுக்காகத் தரித்து நின்ற திலீபன் !
திலீபன் ! காற்றில் உதித்தவன் !

நெஞ்சங்களில்
அநேகமானவற்றை விட்டுச் சென்ற
முற்றுப் புள்ளிகளுடனான நிலத்தில்
ஒரு 'கமா'வாக மறைந்த
விலைமதிப்பற்ற யௌவனத்தை
கோரிக்கைகளுக்காக ஈடு வைத்த
நேர்மையான புன்னகையும்
தாயன்பின் மிருதுவான குணமும் கொண்டவன்

அன்றிலிருந்து இன்று வரை
கண்ணீர் ருசிக்கும் அன்னையர்
கைகளிலில்லா ஐவிரல்களையும்

தேடியலையும் தந்தையர்
ஒன்றின் மீதொன்றாக அடுக்கப்பட்டிருக்கும்
புதல்வர்களின் சடலங்களின் மீது
ஓலமிட்டழுபவர்கள்
எல்லா இடங்களிலிலும்
இருக்கிறார்கள் திலீபன்

எரியும் விளக்கின் சுடரின்
கதைகளைக் கேட்கும் இருளும்
'பொறுமையை மாத்திரமே கைக்கொள்வோம்'
என்றே முனகும்
உருவாக்கப்பட்ட நாடகக் கோமாளிகள்
விலகிச் செல்லும் கூடமும்
'உண்ணாவிரதம் இருப்பது
எப்படியெனக் காட்டுகிறேன்' எனக் கூறி
மீண்டும் திலீபனுடன் அமைதியாகும்

நல்லூர் வானம் எனப்படுவது
வெடிப்புற்ற பூமியென அறிந்து
சூரிய, சந்திரர்களை விடவும்
கருமுகில்கள் அணி திரளும்
வாழ்க்கையில் சிறந்தவற்றை
கோணலாகிய தினங்களிடையே ஒளித்து
சுவாசத்தை உடைத்துடைத்துப் பகிர்ந்து
இதயத் துடிப்பு உறைந்ததோ திலீபன் அண்ணா...

• திலீபன் - ஈழத்துக்காக உண்ணாவிரதமிருந்து உயிர் நீத்த முதல் போராளி.

நரகத்துக்குக் கொண்டு செல்லப்பட்டுள்ள விபூஷிகா எனும் சகோதரி

விமானத்தைக் காணவில்லை
உலக வரைபடமே இங்கே பார்
யோசனைகளோடு விம்மியழுது
உதித்த சூரிய மகள் எங்கேயெனச் சொல்

அண்ணன்மார் மூவருக்கு இளையவள்
அன்னையின் விழிகளோ அன்பின் உறைவிடம்
அதுதான் ஐயாக்களே தமிழனின் பாசம்
அதுவன்றி வாழ்க்கையே போராட்டம் தங்கையே

கொடிய கனவொன்றைப் போல
மூத்தவர்கள் இருவர் மரித்திட
முப்பொழுதும் பார்த்திருந்த
இளைய அண்ணனும் கடத்தப்பட
பனையழகு எல்லாம் அழிந்த பூமியில்
ஸ்வரம் இழந்த பாடலானாள்
இரட்சகனைத் தேடியதால் - நரகத்துக்கு
கொண்டு செல்லப்பட்டுள்ள சகோதரியொருத்தி

கற்றறிந்த சிலுவைக் குறிகளுக்கு
சத்தியத்தில் இடமில்லை

குரலெழுப்பிப் பூத்த மலரொன்று
சிதைகிறது இரகசியமாக

அவளுமொரு சிறுமி
இருந்திருக்கக் கூடும் கனவுகள் ஆயிரம்
இன்னும் கண்டிருக்கக் கூடும்
எப்பொழுதாவது ஒரு புன்னகைத் துளியை

உலகம் ஒரு சிறைக்கூடம்
நலிந்தவர்கள் மட்டும் சிக்கிக் கொள்ளும் சதி பீடம்
இன்றும் வலி தந்திருக்கக் கூடும்
ஒரு கொடியவனின் பார்வை

வேண்டுமென்றே கடத்தப்பட்டாள் கறுப்புத் திலகமிட்டவள்
உருவழித்து தீப்பற்றியெரிகிறது எனது இருதயம்
உருகவில்லையா செவிமடுக்கையில் உம் மனங்கள்

நரக நதியினின்றும் மீண்டிட
நீந்திடு விபூஷிகா!

- **ஒரு தகவல் : காணாமல் போன தனது சகோதரனைத் தேடியழுத 13 வயதுச் சிறுமி விபூஷிகா, கடந்த 14.03.2014 அன்று அவளது வீட்டுக்கு வந்த இராணுவத்தினரால் பட்டப்பகலில் கிராமத்தவர் முன்னிலையில் கடத்திக் கொண்டு செல்லப்பட்டாள்.**

- **கவிதைக்கான குறிப்பு : எப்பொழுதும் தனது சகோதரனைக் கேட்டு அழுது ஓலமிட்ட அத் தமிழ் சகோதரி இப்பொழுது கடத்தப்பட்டிருக்கிறாள். காவல்துறைத் தலைமையகம் அறிவித்திருப்பதைப் போல அதனை மனிதாபிமானக் கடத்தலா எனத் தீர்மானிப்பது உங்கள் கையிலிருக்கிறது.**

இறுதி மணித்தியாலம் கவிதைத் தொகுப்பில் இடம்பெற்றிருக்கும் கவிஞர்கள் குறித்து...

மஹிந்த ப்ரஸாத் மஸ் இம்புல

சின்னத்திரை மீதுள்ள ஆவலால் கிராமத்தில் உயர்கல்வியை முடித்த உடனேயே தலைநகரத்துக்கு வந்த இவர், சின்னத்திரை தொலைக்காட்சித் தொடர்நாடகங்களில் மிகவும் கீழ் மட்டத்திலிருந்து தனது பங்களிப்பை வழங்கி முன்னேறியவர். இலங்கையின் பல புகழ்பெற்ற தொலைக்காட்சித் தொடர் நாடகங்களின் கதை,வசனகர்த்தாவாகவும் உதவி இயக்குனராகவும் பணியாற்றி வரும் இவர், சமீபத்தில் சிறந்த உதவி இயக்குனருக்கான அரச விருதினை வென்றார். 2010 ஆம் ஆண்டு இவர் வெளியிட்ட இவரது முதல் கவிதைத் தொகுப்புக்கு அந்த வருடத்தின் சிறந்த கவிதைத் தொகுப்புக்கான அரச சாகித்திய விருது இவருக்குக் கிடைத்தது. அத்தோடு 2011 ஆம் ஆண்டு வியட்நாமில் நடைபெற்ற தெற்காசிய கவிஞர்கள் மாநாட்டில் இலங்கையின் பிரதிநிதியாக இவர் கலந்துகொண்டு சிறப்பித்தார்.

இத் தொகுப்பிலுள்ள இவரது கவிதைகள் அனைத்தும் சிறந்த கவிதைத் தொகுப்புக்கான அரச சாகித்திய விருது பெற்ற இவரது முதல் கவிதைத் தொகுப்பிலிருந்து தேர்ந்தெடுக்கப்பட்டவை. இக் கவிதைகள் 2007-ற்கும் 2010-இற்கும் இடைப்பட்ட காலப்பகுதியில் எழுதப்பட்டவை.

தக்ஷிலா ஸ்வர்ணமாலி

சமூகம் சார்ந்த விடயங்களை மிகுந்த அவதானிப்புடன் எழுதி வரும் பெண் கவிஞர். ஒரு ஆசிரியையாகக் கடமையாற்றி வரும் இவர், மூன்று கவிதைத் தொகுப்புகள், இரண்டு சிறுகதைத் தொகுப்புகள், இரண்டு சிறுவர் இலக்கியப் பிரதிகள், இரண்டு சமூகவியல் கட்டுரைத் தொகுப்புகள், ஒரு நாவல் என இதுவரையில் பத்து தொகுப்புக்களை வெளியிட்டுள்ளார்.

டீ. திலக பியதாஸ

20 வருடங்களுக்கும் மேலாக கவிதைகளை எழுதிச் சேகரித்து வைத்து அதனை 2009 இல் ஒரு தொகுப்பாகக் கொண்டுவந்துள்ள இவரது தொகுப்பிலிருந்து தேர்ந்தெடுக்கப்பட்ட கவிதைகளே இங்குள்ளன.

இஸுரு சாமர சோமவீர

இலங்கையில் வித்தியாசமான அக உணர்வுகளைக் கொண்டுள்ள சிறுபான்மையினரின் உரிமைகளுக்காகப் பாடுபடும் இளைஞர் இஸுரு சாமர சோமவீர, சிங்களக் கவிதையுலகில் புரட்சியொன்றைக் கிளப்பியுள்ள, கவிதைகள் மூலமாக சில உரிமைகளைக் கோரும் கவிஞராக அறியப்பட்டுள்ளார். சுகாதாரப் பிரிவில் கடமையாற்றி வரும் இவரது முதலாவது தொகுப்பான 'சுத (Sudha)' சிறந்த கவிதைத் தொகுப்பு விருதினை வென்றது. இவரது இன்னுமொரு கவிதைத் தொகுப்பான 'தாண்டவ' சிறுகதைத் தொகுப்பு அண்மையில் வெளிவந்துள்ளன.

சஜீவனீ கஸ்தூரி ஆரச்சி

இலங்கையில் அநீதிகளுக்கெதிராக குரல் கொடுத்துவரும் பெண் சட்டத்தரணி இவர். தமிழை எழுத, வாசிக்கக் கற்றிருக்கிறார். 2005 ஆம் ஆண்டு வெளிவந்த இவரது முதலாவது கவிதைத் தொகுப்பு சிறந்த இளைஞர் இலக்கியத்துக்கான விருதினை வென்றது.

இங்கு மொழிபெயர்க்கப்பட்டிருக்கும் இவரது கவிதைத் தொகுப்புகள் அனைத்தும் இவரது இரண்டாவது கவிதைத் தொகுப்பிலிருந்து தேர்ந்தெடுக்கப்பட்டவை.

ரொஷான் தேல பண்டார

சிங்கள மொழியில் கவிதைகளை எழுதி வரும் கவிஞர் ரொஷான் தேல பண்டார, அனுராதபுரத்தைப் பிறப்பிடமாகக் கொண்டவர். ஒரு சிறந்த ஓவியராகவும் அறியப்பட்டிருக்கும் இவர், ஒரு ஊட்டவியல் வல்லுநராகக் கடமை புரிகிறார். ஊட்டவியல் தொடர்பான தொகுப்புக்களையும் வெளியிட்டிருக்கும் இவர் அதிகளவில் தமிழ் பேசும் மக்களோடு நெருங்கிப் பழகி வருவதால், தமிழ் பேசும் மக்களது பிரச்சினைகள் பற்றி வெகுவாக அறிந்திருப்பதோடு தமிழ் மொழியிலும் சரளமாக உரையாடக் கூடியவராக இருக்கிறார். சமூக சேவகரும், சமூக ஆய்வாளருமான இவருக்கு ஆங்கில மொழியிலும் நன்கு பரிச்சயம் உண்டு.

அஜித் சி.ஹேரத்

வெளிநாட்டுக்கு புலம்பெயர்ந்திருக்கும் இலங்கைக் கவிஞர். அரச அடக்குமுறைகளுக்காக தைரியமாகக் குரல் கொடுக்கும் ஒருவர், மொழிபெயர்ப்பாளர் எனப் பன்முகம் கொண்ட கவிஞர்.

மகேஷ் முணசிங்க

போரை வெறுத்து, அதற்கெதிராகக் கவிதைகள் படைக்கும் இவர் தனது இருப்பு குறித்தான பாதுகாப்பினைக் கருத்திற்கொண்டு தன்னைப் பற்றிய குறிப்புகள் எதையும் ஊடகங்களுக்கு வெளியிட மறுத்து வருகிறார். எனினும் அநீதிகளுக்கு எதிராக, தனது எழுத்துக்களின் மூலம் போராடி வருகிறார்.

ஷஸிகா அமாலி முணசிங்க

கவிதாயினி ஷஸிகா அமாலி முணசிங்க, ஒரு சட்டத்தரணியாவார். அத்தோடு கவிஞர், விமர்சகர், சமூக ஆர்வலர்,

கலைஞர் எனப் பன்முகம் கொண்டவர். சிங்கள மொழியில் வாழ்வின் அனுபவங்களைக் கவிதைகளாக எழுதும் இவரது கவிதைகள் பல காத்திரமான இதழ்களிலும், பத்திரிகைகளிலும் வெளிவந்துள்ளன. ஒரு தொகுப்பை வெளியிட்டிருக்கிறார். மற்றுமொரு தொகுப்பு விரைவில் வெளிவரவிருக்கிறது.

கசுன் மஹேந்திர ஹீனடிகல

இலங்கையில் சிங்கள மொழியில் எழுதும் கவிஞராகவும், எழுத்தாளராகவும், ஊடகவியலாளராகவும் அறியப்பட்டிருக்கும் கசுன் மஹேந்திர ஹீனடிகல, இலங்கை சட்டக் கல்லூரி மாணவராவார். இவரது முதலாவது கவிதைத் தொகுப்பு 2014 ஆம் ஆண்டு வெளிவந்து பலரது பாராட்டுக்களையும், வரவேற்பையும் பெற்றுள்ளது. சமூக நிகழ்வுகளைத் தனது கவிதைகளின் கருப்பொருளாகக் கொண்டு எழுதி வருகிறார்.

மொழிபெயர்ப்பாளர்குறிப்பு

இலங்கையில் யுத்தமானது தமிழ் இனமக்களை மிகவும் கொடூரமாக அழித்துக் கொண்டிருந்த காலப் பகுதியில், மனிதநேயத்தோடு அதனை எதிர்த்த சிங்களவர்களும் அனேகர் இருந்தனர். அவர்களதுசூழலும், அதனை எதிர்த்தால் எதிர்கொள்ள நேரும் அபாயங்களும் அவர்களைக் கட்டிப் போட்டிருந்தன. புனைப் பெயர்களில் எழுதுவோரையும் கண்டுபிடித்துத் தண்டிக்கும் அல்லது காணாமல் போகச் செய்யும் காலத்தினிடையேயும் சிலர், தமது மனசாட்சியை உறுத்தும் தமிழ்மக்கள் மீதான வன்முறை குறித்து எழுதிக் கொண்டுதான் இருந்தனர். இத்தொகுப்பிலுள்ள இறுதி மணித்தியாலம், சிவரமணிக்கு, சித்திரவதைக்கூடத்திலிருந்து, ஊனமுற்ற இராணுவ வீரனும் புத்தரும் ஆகிய கவிதைகளின் வழியே அவர்களது வலியை நீங்கள் உணரலாம்.

இத்தொகுப்பிலுள்ள ஏனைய கவிதைகள் அனைத்துமே உலகிலுள்ள அனைத்து மக்களதும் வாழ்வின் நடைமுறைகளை வெளிச்சமிட்டுக் காட்டுபவையாக எண்ணத் தோன்றுகிறது. இவை யுத்த நிலமாகவிருந்த தேசமொன்றின் வறிய மக்களது துயரங்களை வெளிக்காட்டி, மனதுக்கு நெருக்கமானவையாகவும், 'இவற்றை நானும் அனுபவித்திருக்கிறேனே' என்ற உணர்வையும் ஏற்படுத்தக் கூடியவை. எனவேதான் இவற்றை மொழிபெயர்க்கத் துணிந்தேன். இத்தொகுப்பில் இடம் பெற்றுள்ள எனது ப்ரியத்திற்கும் நேசத்திற்கு முரிய கவிஞர் கருணாகரன் அவர்களது முன்னுரை மேலும் பல விடயங்களைத் தெளிவுருத்தும்.

இத்தொகுப்பில் இடம் பெற்றுள்ள கவிதைகளுக்குச் சொந்தக்காரர்களான கவிஞர்களில் பலரை நான் நேரில் சந்தித்திருக்கிறேன். இத்தொகுப்பின் இறுதியில் இடம்பெற்றிருக்கும் கவிஞர்கள் பற்றிய குறிப்புகள் அவர்களைப் பற்றிய மேலதிக விபரங்களைத் தரும்.

நிறைய தொகுப்புக்களை வாசித்து, மொழிபெயர்த்து, அவற்றிலும் தேர்ந்தெடுக்கப்பட்ட கவிதைகளை மாத்திரமே இத்தொகுப்பில் தந்திருக்கிறேன். இனரீதியாக ஒடுக்கப்பட்டமக்களுக்காக குரல் கொடுக்கும் இக்கவிஞாகளது தேர்ந்தெடுக்கப்பட்ட கவிதைகள் ஒரே தொகுப்பில் வருவது இதுதான் முதல்முறை. சிங்கள மொழியில் மாத்திரம் ஒலித்து ஓய்ந்து போகவிருந்த இக்கவிதைகளை, தமிழுக்கு மொழிபெயர்த்து, வம்சி பதிப்பகத்தினூடாக சர்வதேசத்தின் முன் கொண்டு வர முடிந்ததில் பெரும் திருப்தி.

எம்.ரிஷான்ஷெரீஃப்